Impressum
Verlag: BABADADA GmbH, Nedderfeld 112 , 22529 Hamburg
Geschäftsführer / Verlagsleitung: Harald Hof
Druck: Books on Demand GmbH, In de Tarpen 42, 22848 Norderstedt

Imprint
Publisher: BABADADA GmbH, Nedderfeld 112 , 22529 Hamburg, Germany
Managing Director / Publishing direction: Harald Hof
Print: Books on Demand GmbH, In de Tarpen 42, 22848 Norderstedt

学校

ilé-ìwé

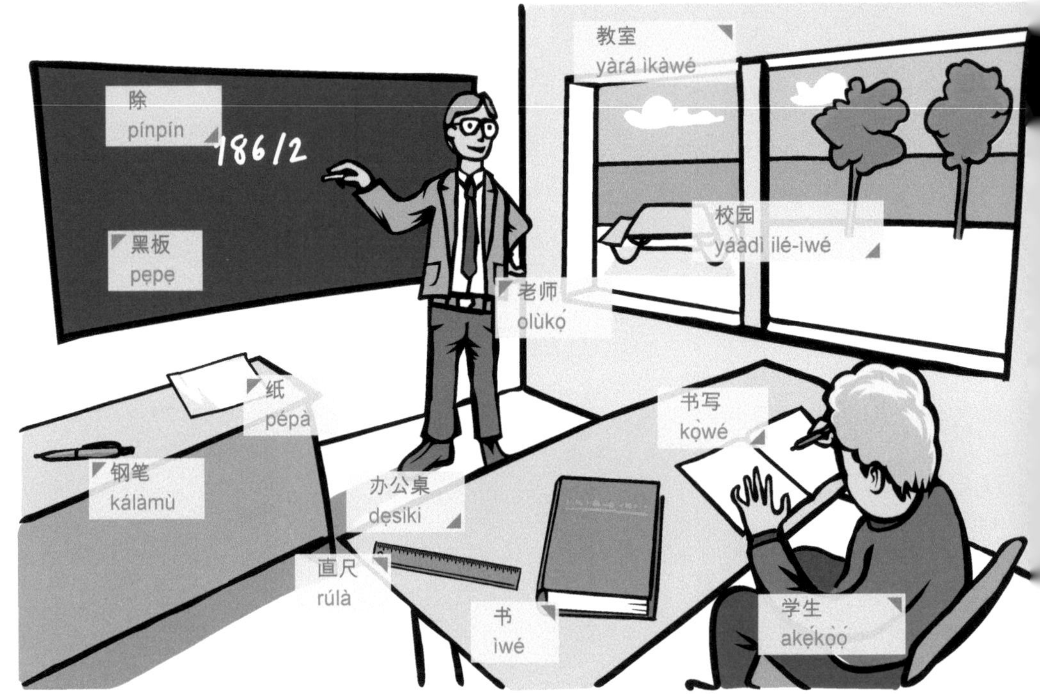

教室
yàrá ìkàwé
除
pínpín
186/2
黑板
pẹpẹ
老师
olùkọ́
校园
yáàdì ilé-ìwé
纸
pépà
书写
kọ̀wé
钢笔
kálàmù
办公桌
dẹsiki
直尺
rúlà
书
ìwé
学生
akẹ́kọ̀ọ́

书包

ọ̀rá

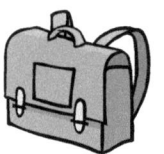

铅笔盒

àpò pẹnsuru

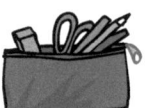

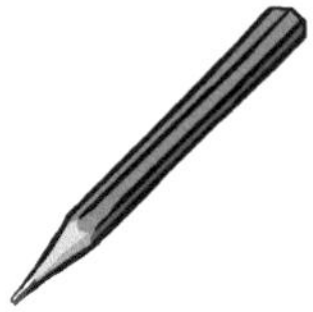

铅笔

pẹnsuru

卷笔刀

olùgbẹ́ pẹnsuru

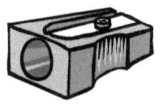

橡皮擦

rọ́bà

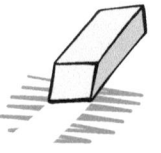

画板

bọ́tìnnì yíyàwòrán

图画

yíyàròwán

画笔

buroṣi ọdà

颜料盒

àpótí ọdà

剪刀

sisọsi

胶水

gúlù

练习册

ìwé iṣẹ́

家庭作业

iṣẹ́ àmúrelé

数字

nọmbà

2+2

加

àfikún

5-2

减

àyọkúrò

2×2

乘

ìsọdipúpọ̀

计算

ṣírò

A

字母

lẹ́tà

ABCDEFG
HIJKLMN
OPQRSTU
VWXYZ

宁母表

alábídí

宇

ọ̀rọ̀ sísọ

课文
ọ̀rọ̀ kíkọ

读
kàwé

粉笔
sọ́ọ́ki

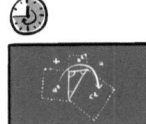

上课
ìkẹ́kọ̀ọ́

登记
forúkọsílẹ̀

考试
ìdánwo

证书
ìwé-ẹrí

校服
aṣọ ilé-ìwé

教育
ẹ̀kọ́

百科全书
ìwé ìmọ̀

大学
yunifasiti

显微镜
ẹ̀rọ gbohùngbohùn

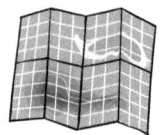

地图
àwòrán àgbáyé

废纸筐
agbọ̀n ìdalẹ̀nù

旅行

ìrìn àjò

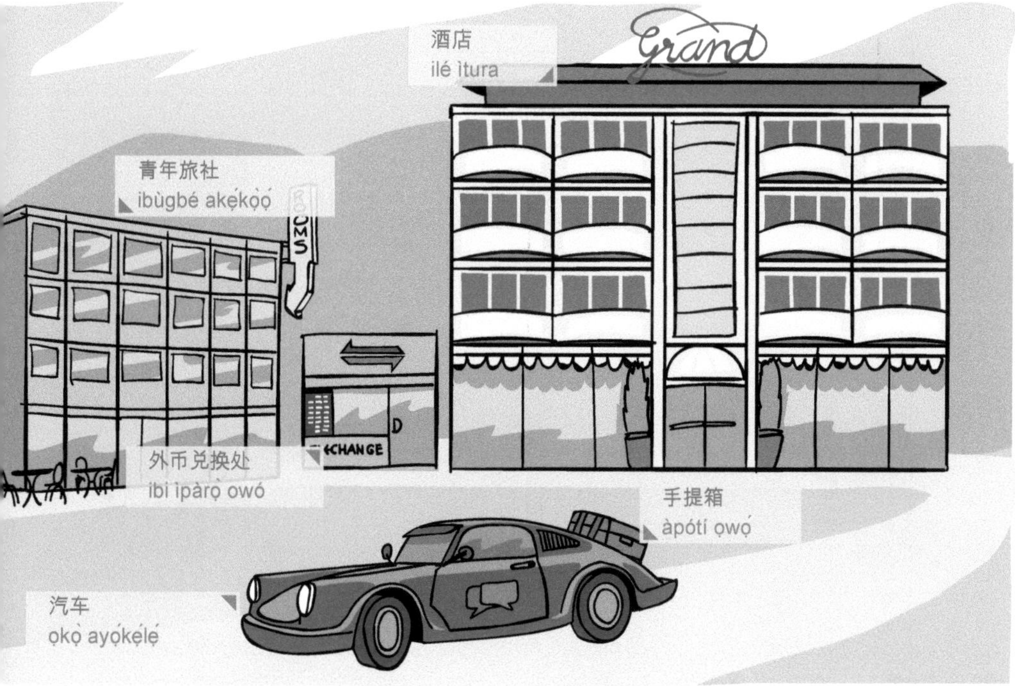

酒店
ilé ìtura
Grand
青年旅社
ibùgbé akẹ́kọ̀ọ́
ROOMS
EXCHANGE
外币兑换处
ibi ìpàrọ̀ owó
手提箱
àpótí ọwọ́
汽车
ọkọ̀ ayọ́kẹ́lẹ́

语言

èdè

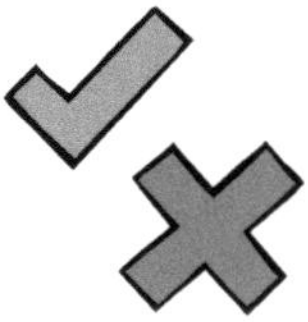

是/否

bẹ́ẹ̀ni / bẹ́ẹ̀kọ́

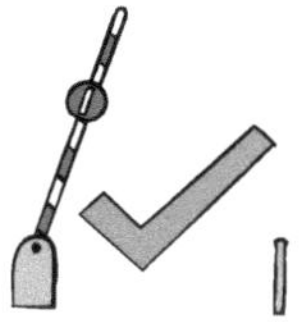

好的

Ó dára

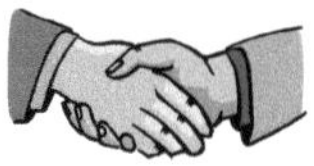

您好

ẹpẹ̀lẹ́

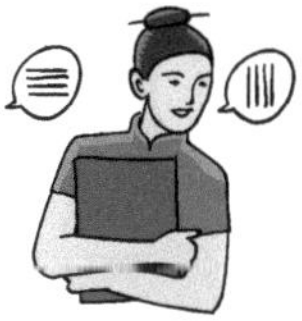

翻译员

olùtúmọ̀ èdè

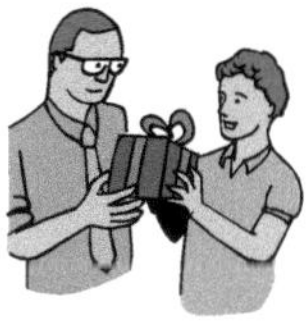

谢谢

O ṣeun

……多少钱？

èló ni... ?

我不明白

Kò yé mi

问题

ìṣòro

晚上好！

Ẹ káalẹ́!

早上好！

Ẹ kaarọ!

晚安！

Ẹ káalẹ́!

再见

ódìgbà

方向

itọ́ni

行李

ẹrù-ẹni

包

báàgì

双肩包

àpò ẹ̀yìn

客人

àlejò

房间

yàrá

睡袋

báàgì ibùsùn

帐篷

àgọ́

旅游信息

àlàyé arìnrìn àjò

海滩

òkun

信用卡

káàdì aró̩pò̩ owó

早餐

oúnje̩ àáró̩

午餐

oúnje̩ ò̩sán

晚餐

oúnje̩ alé̩

票

tike̩ti

电梯

ìgbésókè

邮票

èdìdí

边界

àlà

海关

àwo̩n àṣà

大使馆

ibi ìwé ìrìnà

签证

fisa

护照

ìwé ìrìnà

交通运输

ọkọ̀

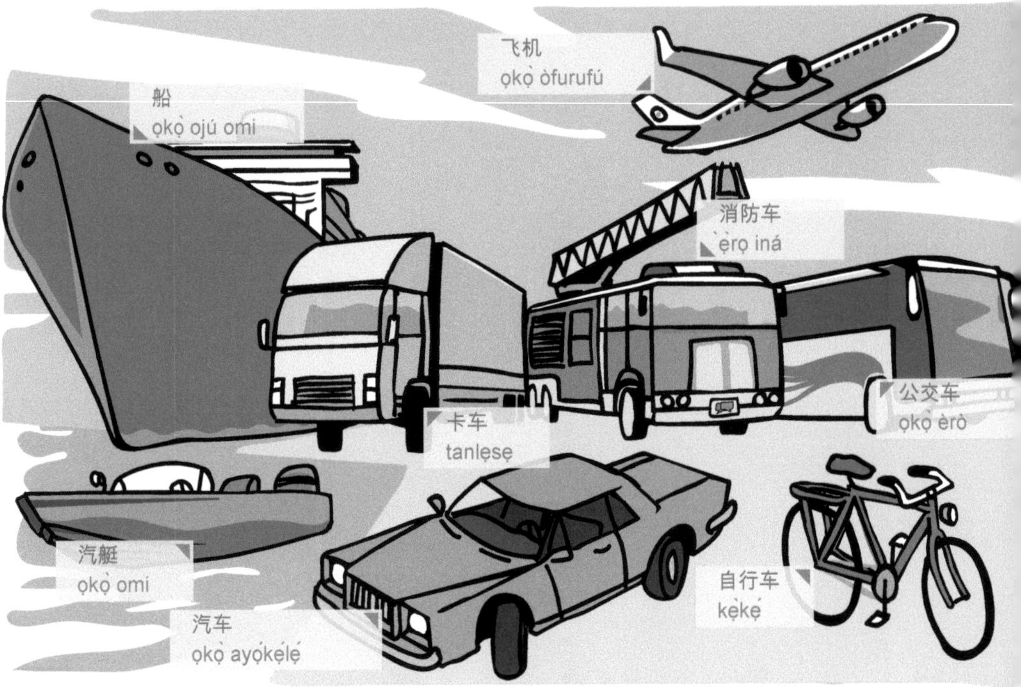
飞机
ọkọ̀ òfurufú
船
ọkọ̀ ojú omi
消防车
èrọ iná
公交车
ọkọ̀ èrò
卡车
tanlẹsẹ
汽艇
ọkọ̀ omi
自行车
kẹkẹ́
汽车
ọkọ̀ ayọ́kẹ́lẹ́

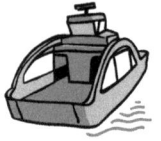

摆渡船

ọpán

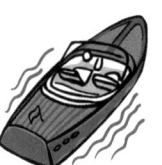

小船

ọpọ́n ojú omi

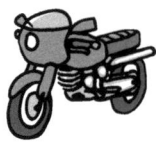

摩托车

atapùpù

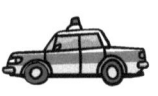

警车

ọkọ̀ ọlọ́pàá

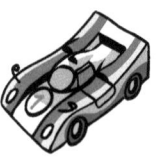

赛车

ọkọ̀ ìsáré

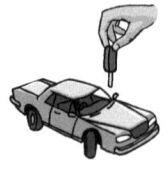

租车

ọkọ̀ yíyá

拼车

àpínlò okọ

拖车

ìgbókọ

垃圾车

okọ́ dída ilẹ̀ nù

发动机

manto

汽油

epo

加油站

ilé epo

交通标志

àmì iwakọ

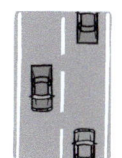

交通

iwakọ

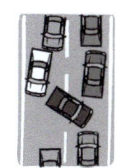

交通堵塞

súnkẹrẹ

停车场

ibi ìgbókọsí

火车站

ibùdókọ ojú irin

轨道

àwọn òpópó

火车

okọ ojú irin

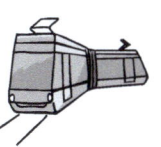

电车

okọ ori ilẹ

货车

ẹrù

直升机

ẹlikọputa

机场

ibùdókọ̀ òfurufú

塔

òpó

乘客

èrò

集装箱

ibi ìpamọ́

纸板箱

katun

手推车

apẹrẹ

篮子

agbòn

起飞/降落

gbéra / balẹ̀

城市

ìlú

村庄

abúlé

市中心

àárín ìlú

房子

ilé

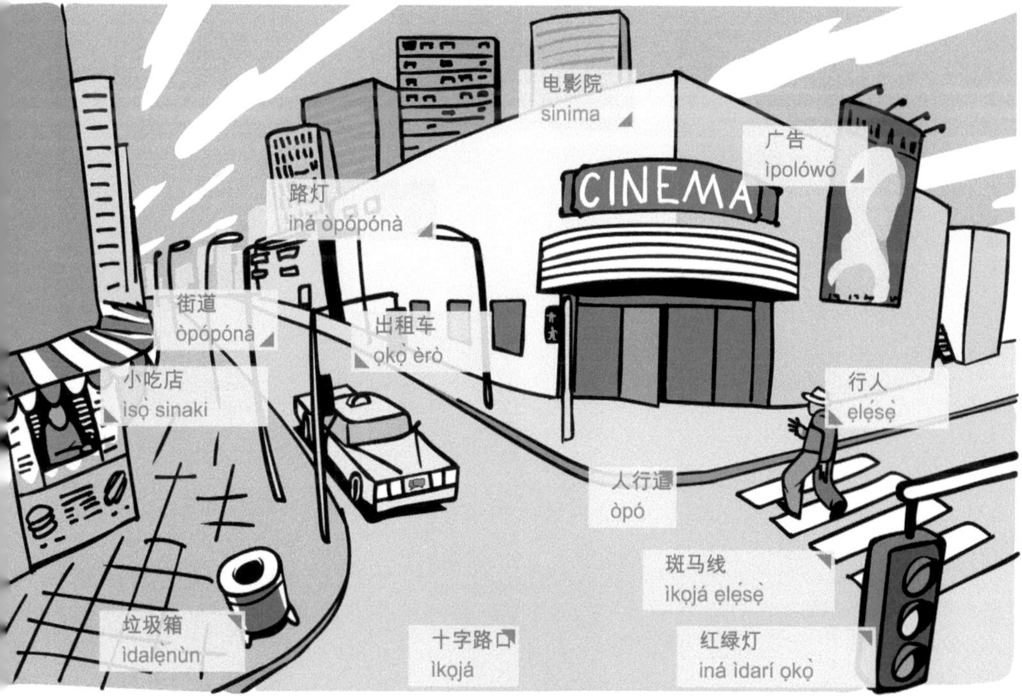

电影院
sinima

广告
ìpolówó

路灯
iná òpópónà

街道
òpópónà

出租车
ọkọ̀ èrò

CINEMA

小吃店
ìsọ̀ sinaki

行人
ẹlẹ́sẹ̀

人行遒
òpó

斑马线
ìkọjá ẹlẹ́sẹ̀

垃圾箱
ìdalẹ̀nùn

十字路口
ìkọjá

红绿灯
iná ìdarí ọkọ̀

小屋

abà

公寓

filati

火车站

ibùdókọ̀ ojú irin

市政厅

ojúde

博物馆

musiọmu

学校

ilé-ìwé

大学
yunifasiti

银行
ilé ìfowópamọ́

医院
ilé ìwòsàn

酒店
ilé ìtura

药房
olùta ògùn

办公室
ọfisi

书店
ìsọ ìwé

商店
ìsọ

花店
òdòdó

超市
ibi ìtajà

市场
ọjà

百货商店
ibi ẹka ìsẹ́

鱼店
ibi ẹja

购物中心
ibi ìrajà

海港
bèbè omi

公园

ibi ìgbafẹ́

长凳

àga

桥

afárá

楼梯

àgàsọ̀

地铁

abẹ́ ilẹ̀

隧道

ihò ilẹ̀

公交车站

ibùdókọ̀

酒吧

ilé ọtí

餐馆

ilé oúnjẹ

邮筒

àpótí ifiwéránṣẹ́

路标

àmì òpópónà

停车计时器

mita ìgbọ́kọsí

动物园

ibi ẹranko

游泳馆

ibi ìwẹ̀

清真寺

mọ́sálásí

农场

oko

污染

idọtí

墓地

ibi ìsìnkú

教堂

ilé ìjọsìn

操场

ibi ìṣeré

寺庙

tẹmpili

地形
ẹlẹ́bùú

树叶
ewé

指示牌
ajúwe

路
ọnà

草地
ilẹ̀ koríko

石头
òkúta

徒步旅行者
olùrìn

树
igi

河
odò

草
kóriko

花
òdòdó

峡谷

kòtò

山

òkè

湖

adágún omi

森林

aginjù

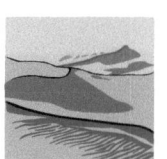

沙漠

aṣálẹ̀

火山

ilẹ̀ ríru

城堡

ibùgbé

彩虹

òṣùmàrè

蘑菇

esun

棕榈树

ọpẹ

蚊子

ẹ̀fọn

苍蝇

eṣinṣin

蚂蚁

kòkòrò

蜜蜂

oyin

蜘蛛

alantakun

甲虫

làbọnlàbọn

青蛙

ọpọlọ

松鼠

ọkẹrẹ́ ńlá

刺猬

sẹ́sẹ́

野兔

ọkẹrẹ

猫头鹰

òwìwí

鸟

ẹyẹ

天鹅

pẹ́pẹ́yẹ ńlá

野猪

ẹlẹ́dẹ́ igbó

鹿

àgbọ̀nrín

麋鹿

àgbọ̀nrín ńlá

水坝

adágún

风力发电机

ọ̀pá afẹ́fẹ́

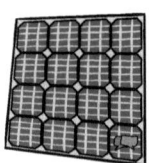

太阳能电池板

panẹẹ́lì òrùn

气候

ojú-ọjọ́

餐馆

ilé oúnjẹ

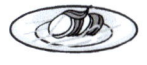

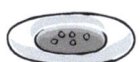

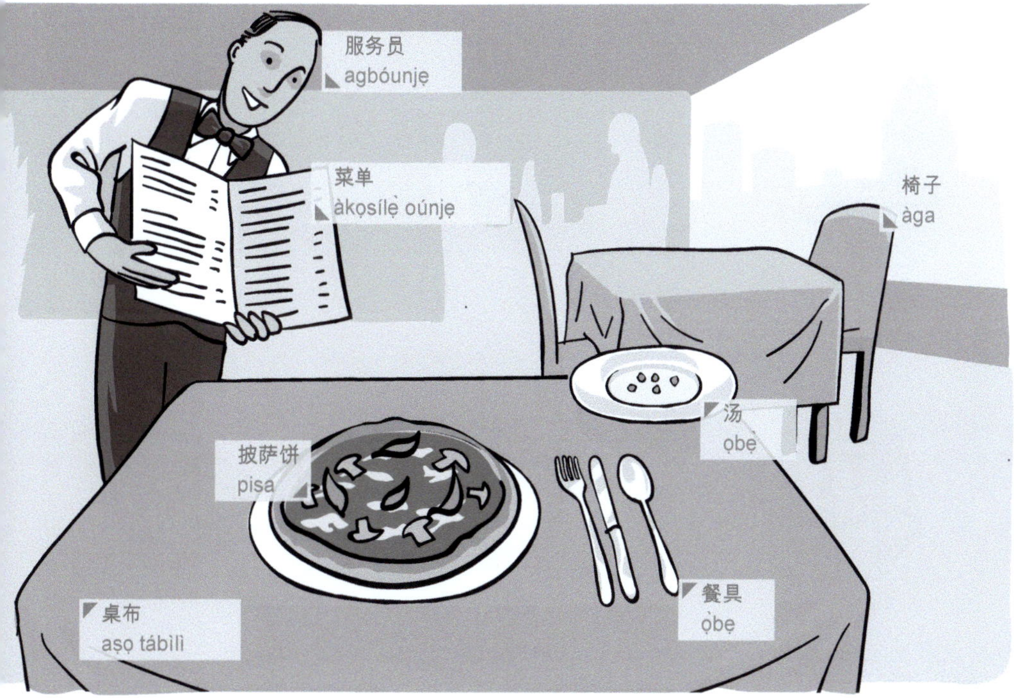

服务员
agbóunjẹ
菜单
àkọsílẹ̀ oúnjẹ
椅子
àga
汤
ọbẹ̀
披萨饼
pisa
餐具
ọ̀bẹ
桌布
aṣọ tábìlì

前菜

ìpanu

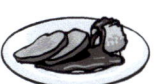

主菜

oúnjẹ gangan

甜点

ìpanu lẹ́yin oúnjẹ

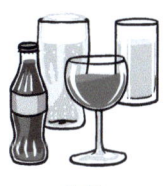

饮料

ohun mímu

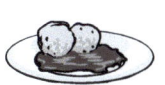

食物

oúnjẹ

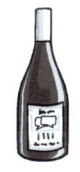

瓶子

ìgò

快餐
oúnjẹ kíá

街边小吃
oúnjẹ òpópónà

茶壶
abọ́ tii

糖盒
abọ́ ṣúgà

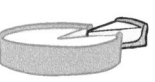

一份饭菜
ìpín

意式咖啡机
èrọ ẹsipirẹso

高脚椅
àga gíga

账单
ináwó oṣoṣù

托盘
tire

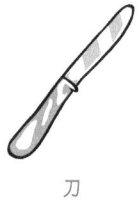

刀
ọbẹ

茶匙
ṣíbí tii

餐巾
pépà ìnuwọ́

餐叉
fọọkì

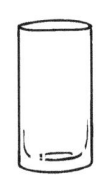

玻璃杯
gilasi

勺子
ṣíbí

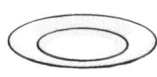

碟子

abọ

汤盘

abọ obẹ

碟子

pẹlẹbẹ

酱

ọbẹ

盐瓶

kòkò iyọ̀

胡椒磨

ìlọta

醋

fẹniga

食用油

òróró

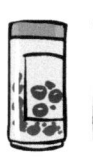

调味料

èròjà

番茄酱

kẹsọpu

芥末

mọsitadi

蛋黄酱

mayonesi

超市

ibi ìtajà

特价
ẹ̀dínwó
FOR
顾客
oníbàárà
乳制品
wàrà
水果
èso
购物车
ọmọlanke

BUTCHERS

肉铺

alápatà

BAKERY

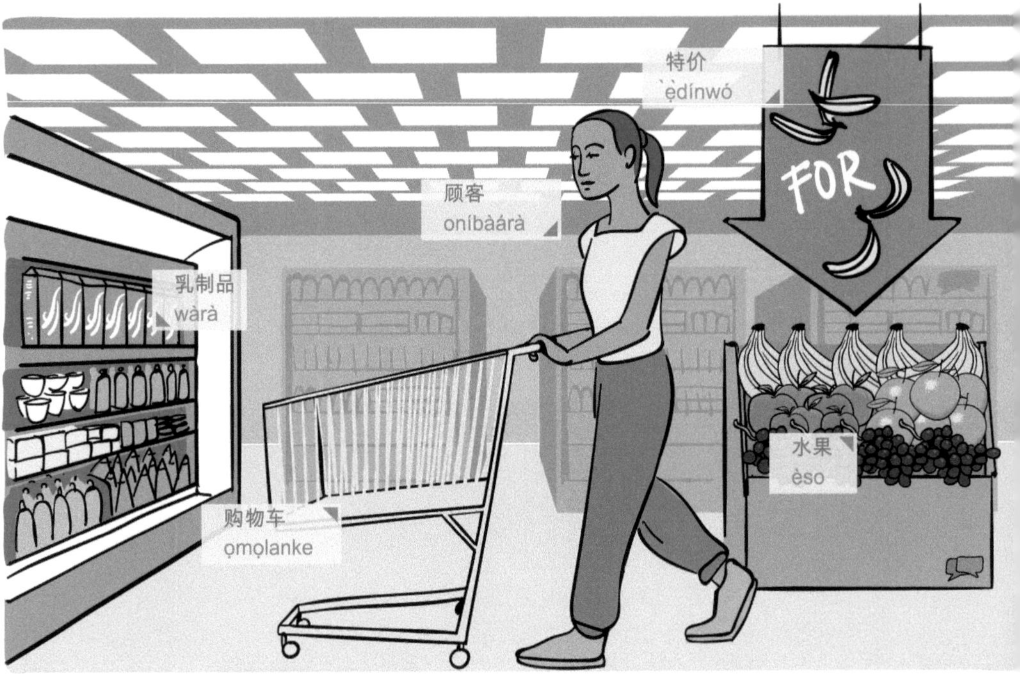

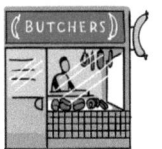

面包房

beka

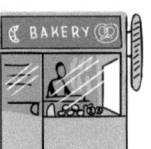

称重

wọ̀n

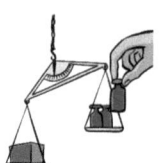

蔬菜

ewébẹ̀

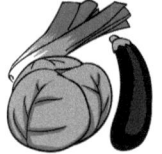

肉

ẹran

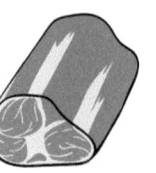

冷冻食品

oúnjẹ dídì

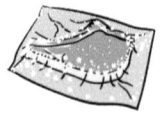

冷盘
ẹran tútù

罐头食品
oúnjẹ agolo

洗衣粉
ọṣẹ ìfọṣọ

甜食
àdíndùn

日用品
àgbéjáde ẹbí

清洁用品
ohun ìtọjú

销售员
olùtajà

收银机
tili

收银员
akawó

购物清单
àkójọ ìrajà

开放时间
wákàtí ìbẹrẹ

钱包
ìpamọ́

信用卡
káàdì arọ́pò owó

袋子
báàgì

塑料袋
báàgì ọrá

水

omi

果汁

omi èso

牛奶

wàrá

可乐

koki

红酒

waini

啤酒

bia

酒

ọtí líle

可可

kòkó

茶

tii

咖啡

kọfí

意式浓缩咖啡

ẹsipirẹso

卡布奇诺

kapusino

香蕉

ọgẹdẹ

苹果

apu

橙子

ọsàn

西瓜

ẹ̀gúsí

柠檬

òronbò

胡萝卜

karọti

大蒜

galiki

竹子

ọparun

洋葱

àlùbọ́sà

蘑菇

esun

坚果

ẹ̀pà

面条

nodu

意大利面条

sipajęti

米饭

irẹsì

沙拉

saladi

薯条

ìpanu

炸土豆

ànàmọ́ díndín

披萨饼

pisa

汉堡包

bọ́gà

三明治

sanwişi

炸猪排

ęran sísun

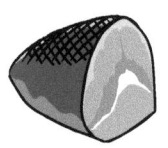

火腿

ẹsẹ̀ ẹlẹ́dẹ̀

萨拉米

salami

香肠

sọseji

鸡肉

ęran ẹdiyẹ

烤肉

sun

鱼

ẹja

燕麦片

oti pọreji

穆兹利

musẹli

玉米片

confulakisi

面粉

iyẹ̀fun

羊角面包

kirosanti

面包卷

rolu búrẹ̀dì

面包

burẹdi

烤面包

dín

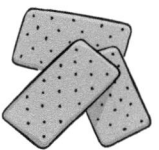

饼干

bisikiti

黄油

bọtà

凝乳

kọdu

蛋糕

keki

蛋

ẹyin

煎蛋

ẹyin díndín

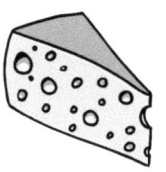

奶酪

ṣiṣi

冰激凌

aisi kirimu

糖

şúgà

蜂蜜

oyin

果酱

jamu

巧克力酱

àfira şokoleti

咖喱饭

kọri

农场

oko

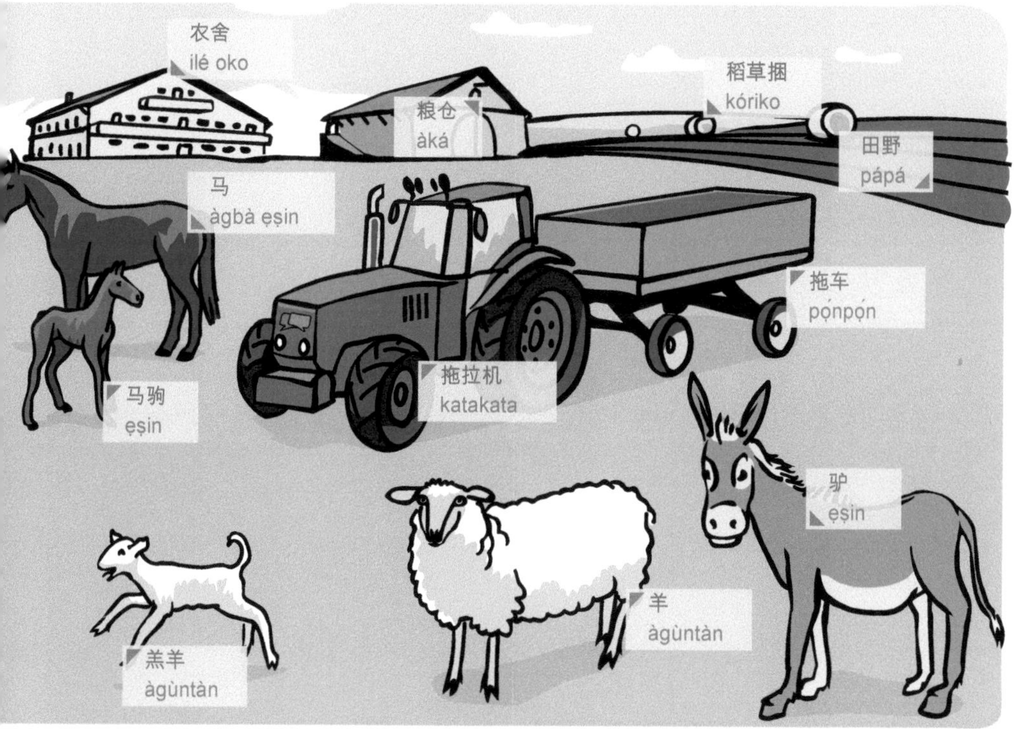

农舍
ilé oko
稻草捆
kóriko
粮仓
àká
田野
pápá
马
àgbà ẹṣin
拖车
pọnpọn
拖拉机
katakata
马驹
ẹṣin
驴
ẹṣin
羊
àgùntàn
羔羊
àgùntàn

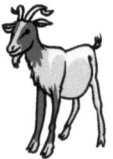

山羊

ewúrẹ́

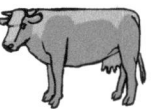

奶牛

máàlù

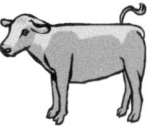

牛犊

ọ̀dọ́ àgùntàn

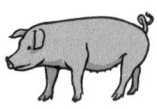

猪

ẹlẹ́dẹ̀

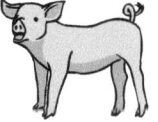

小猪

ọmọ ẹlẹ́dẹ̀

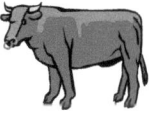

公牛

àgbò

鹅

ọmọ pẹ́pẹ́yẹ

鸭

pẹ́pẹ́yẹ

小鸡

ọmọ adìyẹ

母鸡

adìyẹ

公鸡

àkùkọ

鼠

èkúté

猫

olóngbò

老鼠

eku

牛

kẹtẹkẹtẹ́

狗

ajá

狗屋

ilé ajá

花园浇水软管

ọpá ọgbà

洒水壶

abọ́ omi

长柄大镰刀

scythe

犁

ọkọ̀ irúgbìn

镰刀
abẹ oko

锄头
ọkọ́

长柄草耙
irinṣẹ́ kóriko

斧头
àáké

独轮手推车
wilibaro

饲料槽
àgbá

牛奶罐
abọ́ wàrà

麻布袋
àpò

栅栏
ọ̀giri

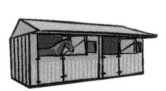

马厩
pẹpẹ oko

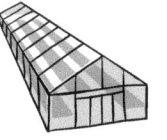

温室
ibi ìdáko

土壤
ilẹ̀

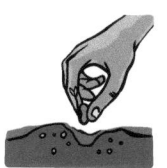

种子
irúgbìn

肥料
ajílẹ̀

联合收割机
àkópọ̀ olùkórè

农场 - oko

29

收割

ìkórè

收割

ikórè

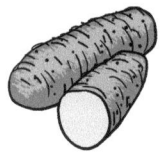

山药

iṣu

小麦

bàbà

大豆

soya

土豆

ànàmọ́

玉米

àgbàdo

油菜籽

irúgbìn rapu

果树

igi èso

树薯

ẹ̀gẹ́

谷物

jéró

房子

ilé

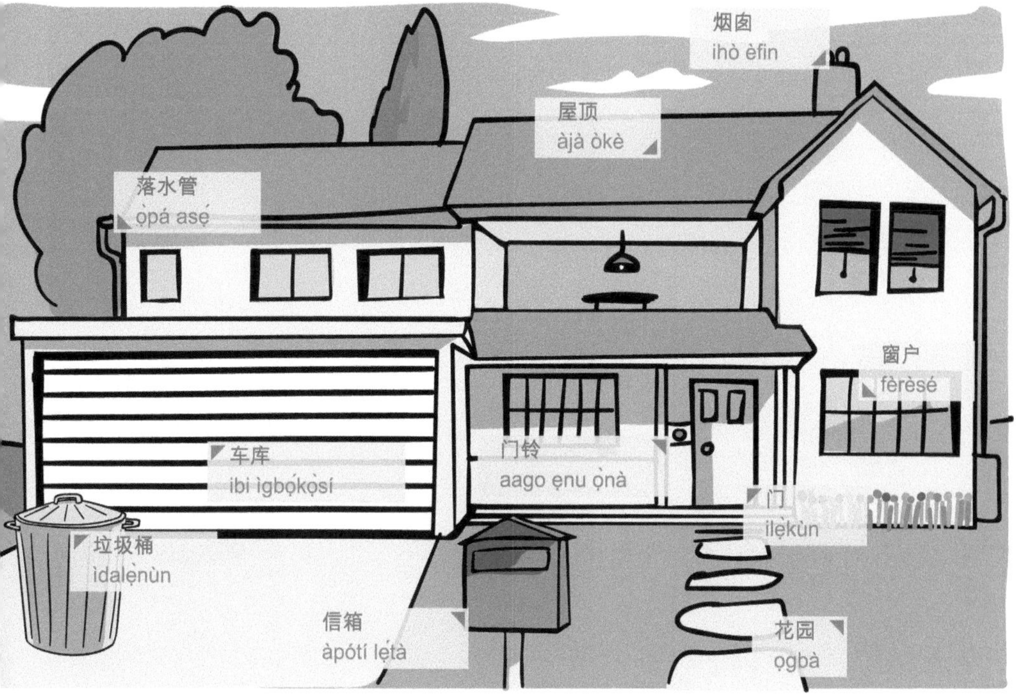
烟囱
ihò èfín
屋顶
àjà òkè
落水管
ọpá asẹ́
窗户
fèrèsé
车库
ibi ìgbọ́kọ̀sí
门铃
aago ẹnu ọ̀nà
门
ilẹ̀kùn
垃圾桶
ìdalẹ̀nùn
信箱
àpótí lẹ́tà
花园
ọgbà

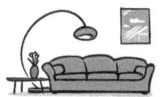

客厅

yàrá ìgbé

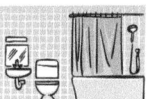

浴室

ilé ìwẹ̀

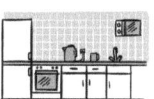

厨房

ilé ìdáná

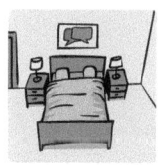

卧室

yàrá ìbùsùn

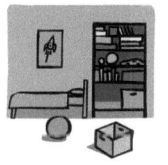

儿童房

yàrá ọmọdé

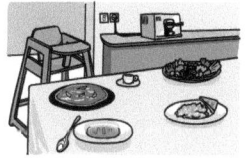

餐厅

yàrá ìjẹun

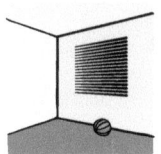

地板

ilẹ̀

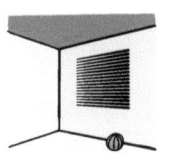

墙壁

ògiri ilé

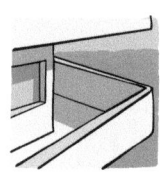

吊顶

àjà

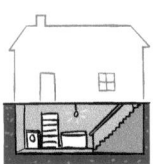

地窖

sẹla

桑拿

sauna

阳台

ọ̀dẹ̀dẹ̀

露台

ọnà

游泳池

ibi ìwẹ̀

割草机

ẹ̀rọ ìgéko

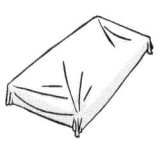

被单

ojú-ewé

床罩

aṣọ orí ibùsùn

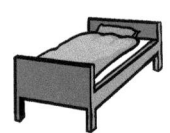

床

ibùsùn

扫帚

ọwọ̀

水桶

garawa

开关

yípo

客厅

yàrá ìgbé

壁纸
pépà ògiri
照片
awòrán
台灯
iná
搁架
sẹfu
橱柜
kọbọdu
电视机
àmóhùnmáwòrán
壁炉
ibi ìdáná
花
òdòdó
垫子
tìmùtìmù
沙发
sọfa
花瓶
fasi
遥控器
ìdarí takété

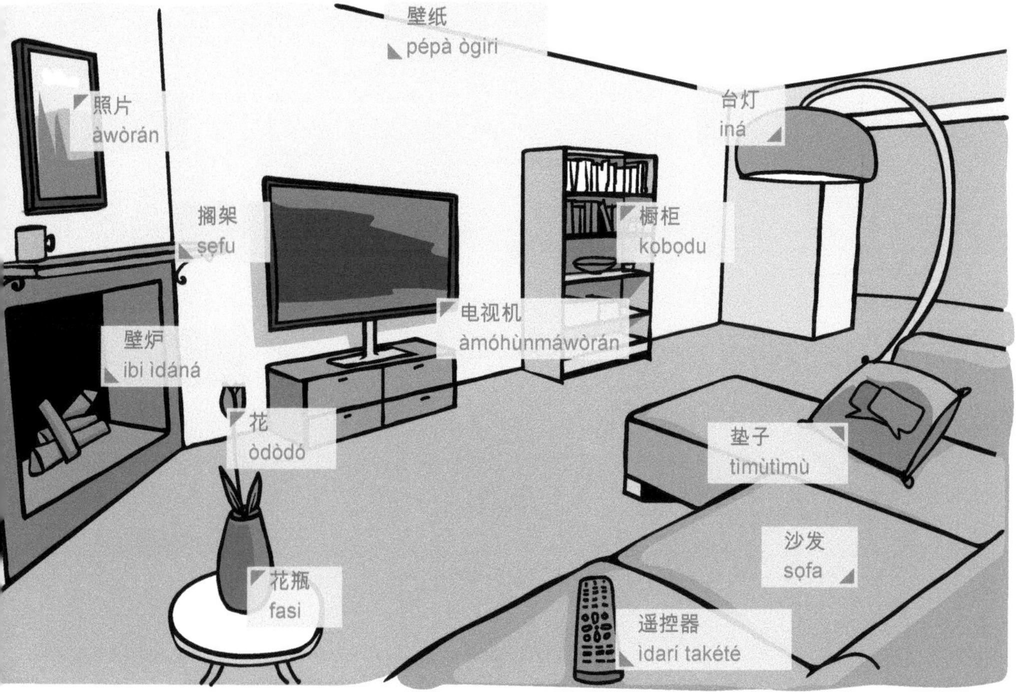

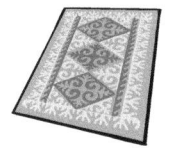

地毯

kapẹti

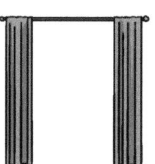

窗帘

kọtini

餐桌

tábìlì

椅子

àga

摇椅

àga amìtìtì

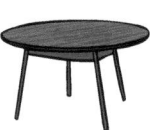

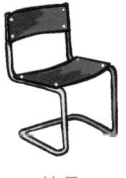

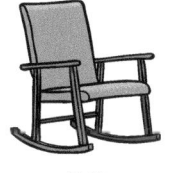

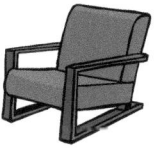

扶手椅

àga ọlọ́wọ́

书
iwé

毯子
așọ ìbora

装饰品
ọ̀sọ́

木柴
igi ìdáná

电影
fíìmù

高保真音响
irinṣẹ́ hi-fi

钥匙
kọ́kọ́rọ́

报纸
ìwé ìròyìn

油画
kíkunlé

海报
àlẹ̀mọ́

收音机
redio

笔记本
ìkọ̀wé

吸尘器
ufa

仙人掌
kakitọsi

蜡烛
àbẹ́là

厨房
ilé ìdáná

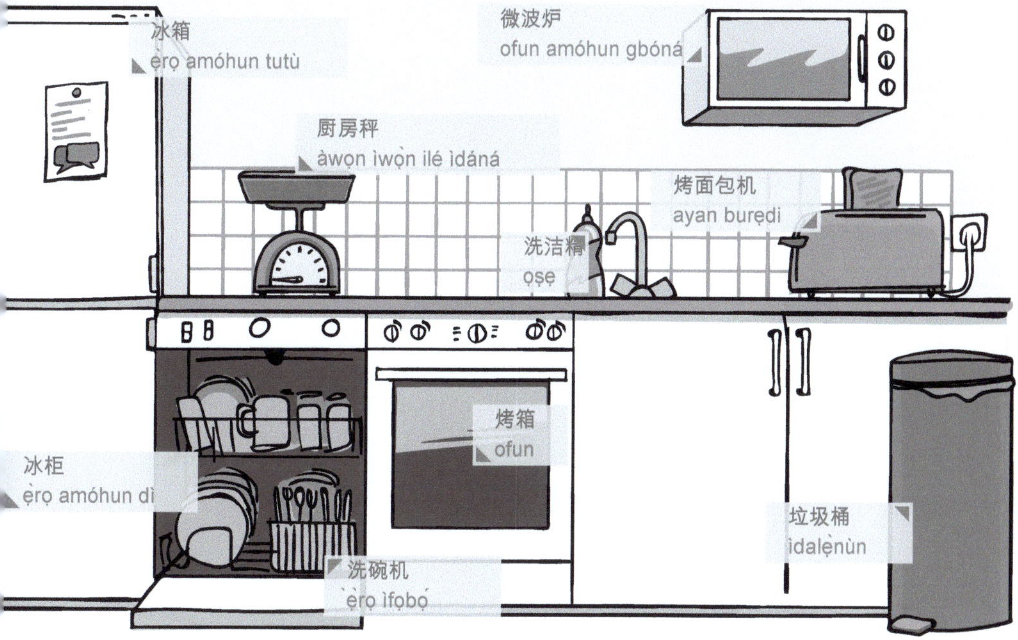
冰箱
ẹ̀rọ amóhun tutù
微波炉
ofun amóhun gbóná
厨房秤
àwọn ìwọn ilé ìdáná
烤面包机
ayan burẹdi
洗洁精
ọṣẹ
烤箱
ofun
冰柜
ẹ̀rọ amóhun dì
垃圾桶
ìdalẹ̀nùn
洗碗机
ẹ̀rọ ìfọbọ́

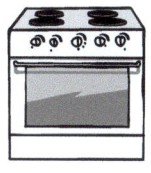

炊具

ìdáná

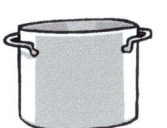

锅

ìṣasun

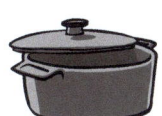

铸铁锅

ìṣasun irin

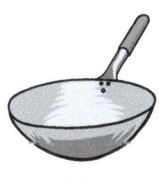

炒锅

wok / kadai

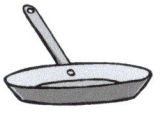

平底锅

panu

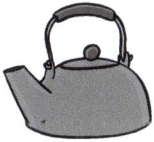

水壶

kẹturu

蒸锅

amoru

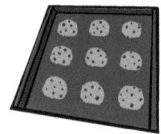

烤盘

pẹpẹ ìdáná

陶瓷锅

dídáná

马克杯

ife gilasi

碗

àdému

筷子

igi ijẹun

长柄勺

ladu

铲子

ṣíbí kòtò

搅拌器

wisiki

滤网

sitirena

筛子

asẹ́

磨碎机

gireta

研钵

odó

烧烤

àsun

明火

ibi ìdáná

菜板

pẹpẹ gígé

擀面杖

igi ilọ̀

开瓶器

kọkisukuru

罐子

agolo

开罐器

olùṣí agolo

隔热手套

àdìmú ìṣasun

水槽

kòtò

刷子

burọṣi

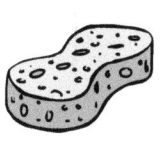

海绵

kaninkanin

搅拌机

ẹ̀rọ ìlọta

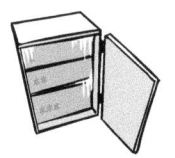

冷藏箱

ẹ̀rọ amóhun dì oníkòtò

奶瓶

ohun ijẹun ọmọdé

水龙头

ẹnu ẹ̀rọ omi

浴室

ilé ìwẹ̀

供暖设备
gbígbóná
毛巾
tawẹli
淋浴
ìwẹ̀
浴帘
kọtini iwẹ̀
泡沫浴
ìwẹ̀ ọlọ́ṣẹ
浴缸
ibi ìwẹ̀
洗衣机
ẹ̀rọ ìfọṣọ
瓷砖
àlẹ̀mọ́lẹ̀
玻璃杯
gilasi
水龙头
ẹnu ẹ̀rọ omi
便壶
pó
水槽
kòtò

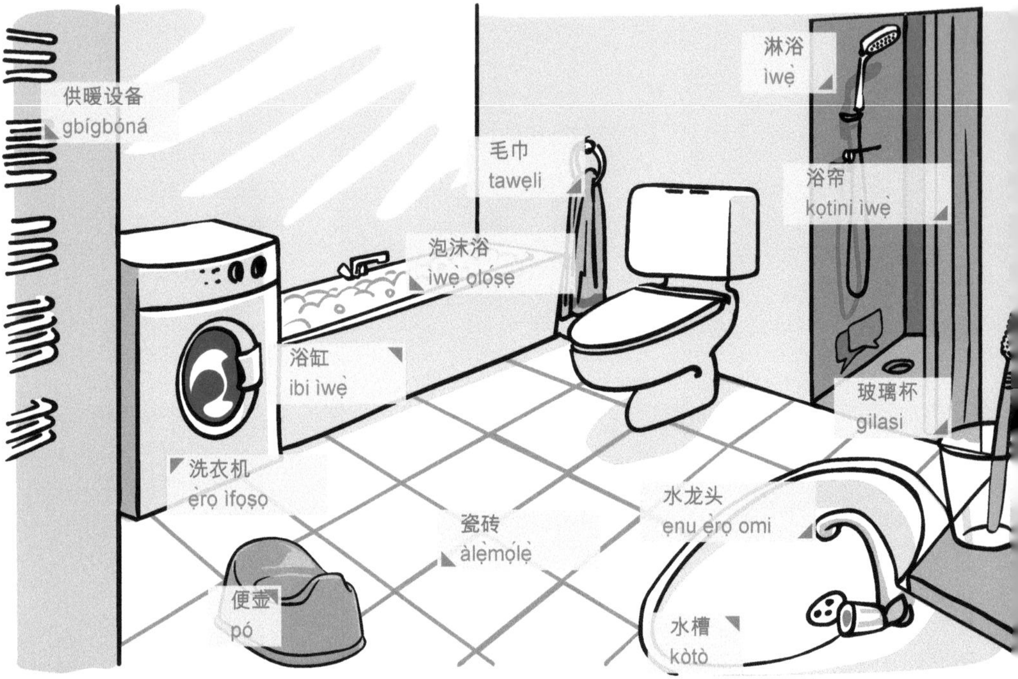

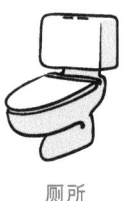

厕所

ibi ìyàgbẹ́

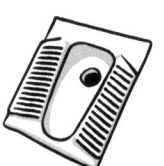

蹲便器

ibi ṣálángá

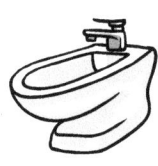

坐浴器

bidẹti

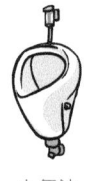

小便池

títọ̀

厕纸

pépa ibi ìyàgbẹ́

马桶刷

burọṣi ìbi ìyàgbẹ́

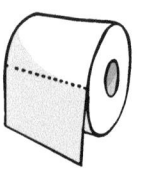

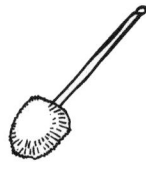

牙刷
igi ìfọnu

牙膏
ọṣẹ ìfọnu

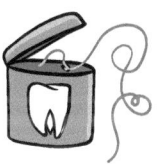

牙线
filọsi eyin

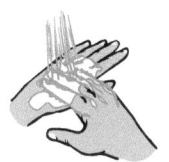

洗
fọṣọ

手持式喷淋头
ìwẹ̀ ọlọ́wọ́

冲洗器
dọṣi

洗脸盆
basin

擦背刷
burọṣi ẹyin

肥皂
ọṣẹ

沐浴露
gẹli iwẹ̀

洗发水
ọṣẹ irun

法兰绒
filanẹni

排水
sẹ́

乳霜
ìpara

除臭剂
olóòrùn dídún

镜子

dingi

手镜

díngi ọwọ́

剃须刀

abẹ

剃须泡沫

fomu ifárungbọ̀n

须后水

lẹ́yìn ìfarungbọ̀n

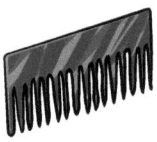

梳子

iyarun

刷子

burọṣì

吹风机

agbẹrun

喷发定型剂

ìparun

化妆品

ìmúra

唇膏

ìtọ́tè

指甲油

fanìṣi èkaná

化妆棉

òwú

指甲剪

sisọsi èkaná

香水

pafumu

洗漱包

báàgì ìwẹ̀

凳子

àga

计重秤

ìwọ̀n

浴袍

okùn ìwẹ̀

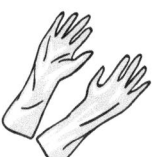

橡胶手套

ìbọ̀wọ́ rọ́bà

卫生棉条

tampun

卫生巾

ìnuwọ́

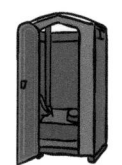

化学厕所

ṣálángá kẹmika

儿童房

yàrá ọmọdé

闹钟
aago itaniji
毛绒玩具
ìṣeré
玩具车
ọkọ̀ ìṣeré
拨浪鼓
ratu
玩具屋
ilé bèbí
礼物
ẹ̀bùn

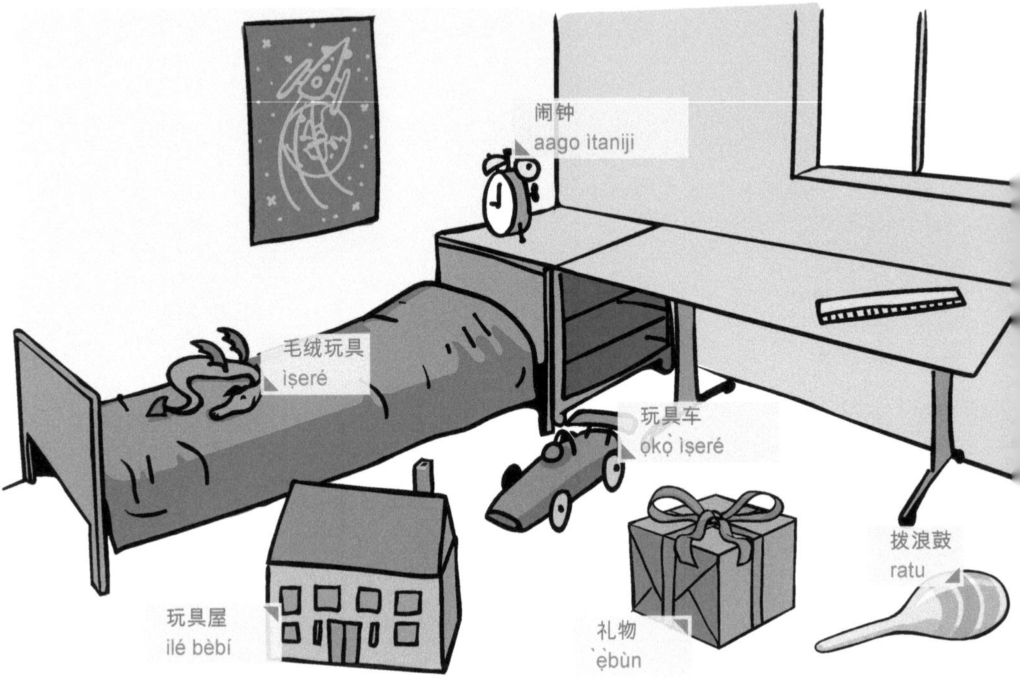

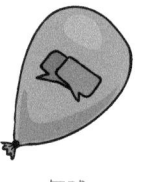

气球

fèrè

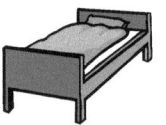

床

ibùsùn

（洋娃娃用）婴儿车

ìgbọ́mọ

扑克牌

àpapọ̀ káàdì

拼图

ayùn

SUPER MEGA

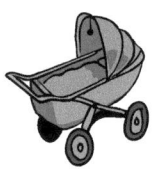

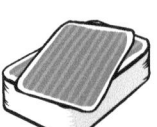

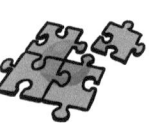

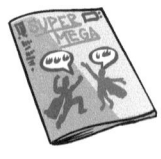

漫画

àwàdà

乐高积木

àwọn biriki

积木玩具

ohun iṣeré

玩具人

figọ iṣe

婴儿服

ìdàgbàsókè

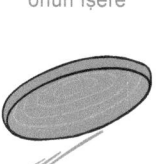

飞盘

firisibi

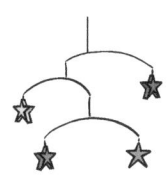

床铃玩具

alágbèéká

棋盘游戏

eré pẹpẹ

骰子

daisi

火车模型

àkópọ̀ ìkọ́ni àwòṣe

安抚奶嘴

dọmi

聚会

ayẹyẹ

绘本

ìwé àwòrán

球

bọ́ọ̀lù

洋娃娃

bèbí

玩

ṣeré

沙坑

kòtò yẹpẹ̀

秋千

jangilofa

玩具

àwọn ìṣeré

游戏机

kọ́nsolu iṣeré fídíò

三轮车

ẹlẹ́ṣẹ̀ mẹ́ta

泰迪熊

bèbí ọmọdé

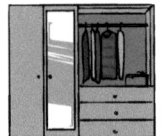

衣柜

ibi ikaṣọsi

衣服

aṣọ

袜子

sọkisi

长袜

sitọkin

紧身裤

ṣòkòtò

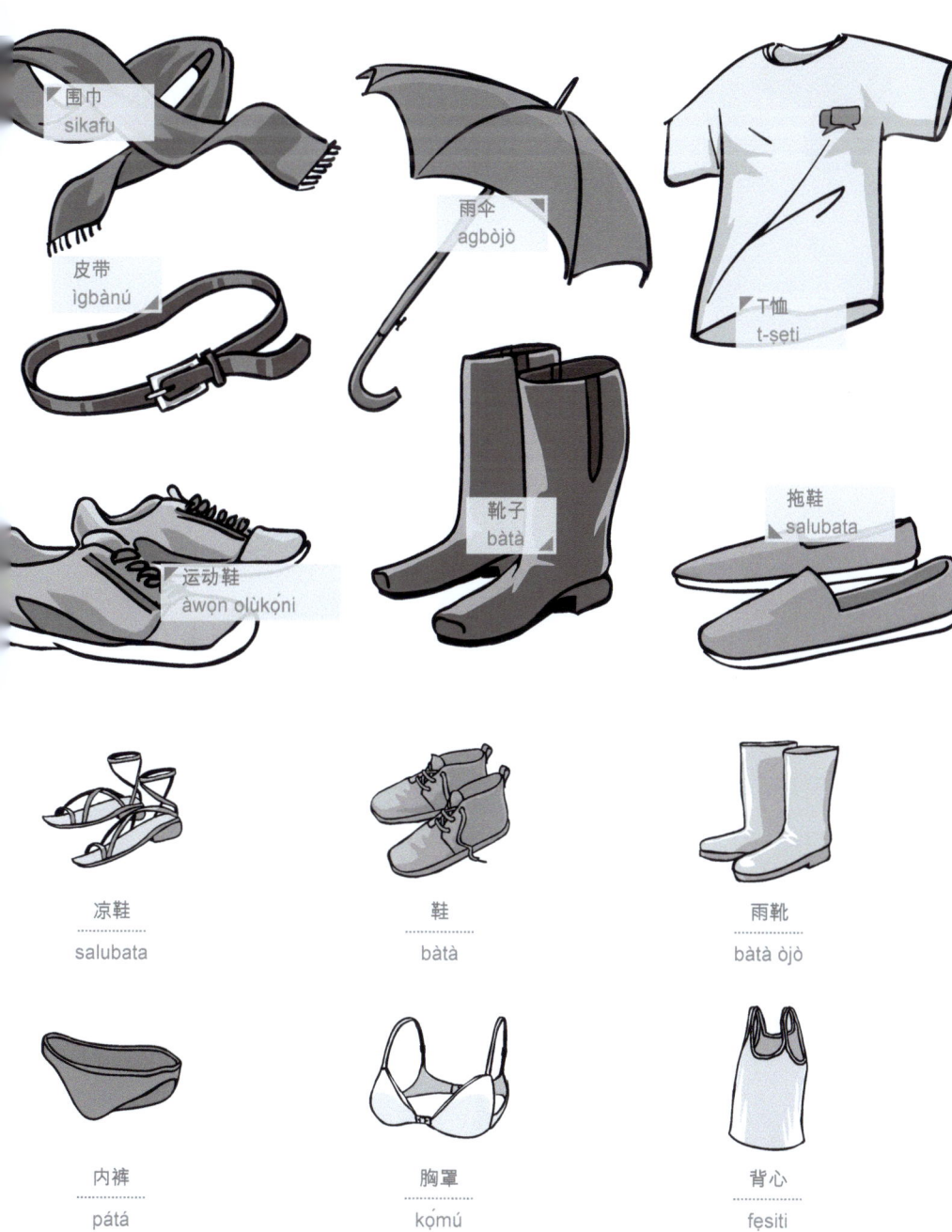

围巾
sikafu

皮带
ìgbànú

雨伞
agbòjò

T恤
t-şeti

运动鞋
àwọn olùkọ́ni

靴子
bàtà

拖鞋
salubata

凉鞋
....
salubata

鞋
....
bàtà

雨靴
....
bàtà òjò

内裤
....
pátá

胸罩
....
kọ́mú

背心
....
fẹsiti

衣服 - aṣọ   45

身体
ara

裤子
ṣòkòtò

牛仔裤
kakí

短裙
sikẹti

女式衬衫
bulausi

衬衫
ṣẹti

套头衫
dúró

卫衣
ìbòrí

西装夹克
aṣọ òkè

夹克
aṣọ otútù

外套
kotu

雨衣
aṣọ òjò

套装
ìmúra

连衣裙
wọṣọ

婚纱
aṣọ igbéyàwó

西装

sutu

睡袍

aṣọ àwọ̀sùn

睡衣

pijama

莎丽

sari

头巾

gèlè

包头巾

tọbanu

波卡

bọka

卡夫坦

kafitani

(阿拉伯式)长袍

abaya

泳衣

aṣọ ìwẹdò

男式泳裤

aṣọ àwọsókè

短裤

penpe

运动服

kotu

围裙

aṣọ ìdáná

手套

ìbọ̀wọ́

纽扣

boṭìnnì

眼镜

awò

手链

ẹgbà ọwọ́

项链

ẹgbà ọrùn

戒指

òrùka

耳环

gbígbọ́

便帽

fìlà

衣架

ìkọ́ kotu

帽子

àkẹtẹ

领带

tai

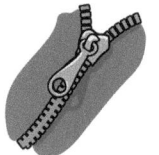

拉链

sipu

头盔

koto

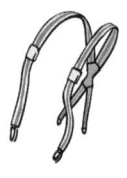

背带

biresi

校服

aṣọ ilé-ìwé

制服

yunifọmu

围兜

bibu

安抚奶嘴

dọmi

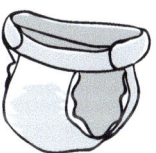

尿不湿

ìlédìí

办公室
ọfisi

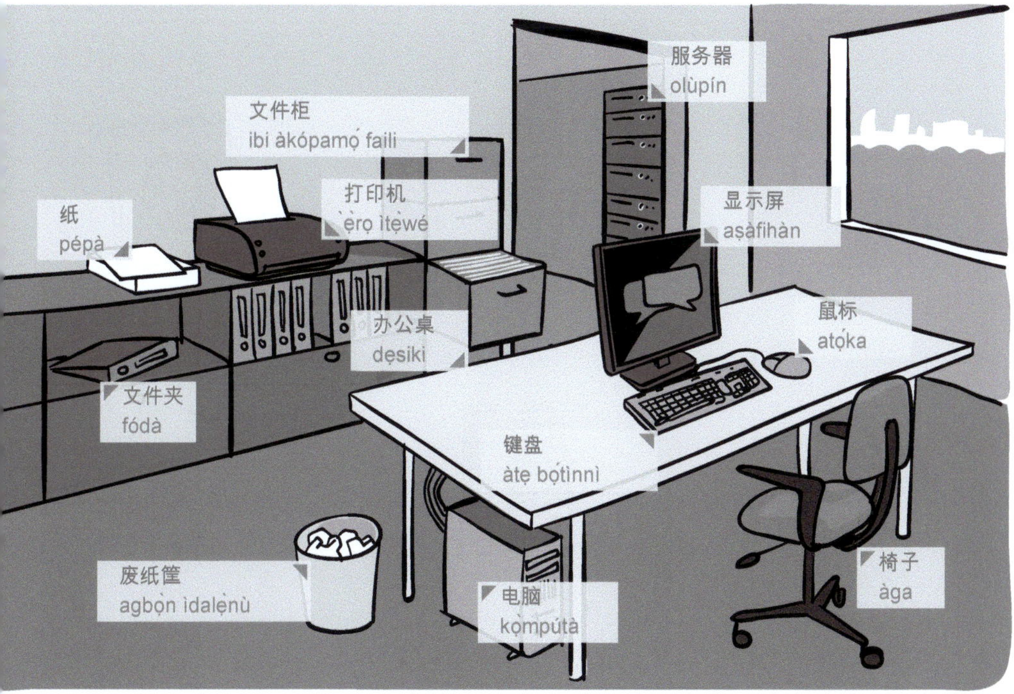

服务器
olùpín

文件柜
ibi àkópamọ́ faili

打印机
èrọ ìtẹwé

显示屏
asạfihàn

纸
pépà

办公桌
dẹsiki

鼠标
atọ́ka

文件夹
fódà

键盘
àtẹ bọ́tìnnì

废纸筐
agbọn ìdalẹnù

电脑
kọmpútà

椅子
àga

咖啡杯

ife kọfí

计算器

ẹrọ ìsìrò

因特网

ayélujára

笔记本电脑

kọmpútà àgbélétan

信件

lẹ́tà

消息

ìfiránṣẹ́

手机

alágbèéká

网络

nẹ́tíwọ̀kì

复印机

ẹ̀rọ ẹdà

软件

sọ́ftwia

电话

ẹ̀rọ ibánisọ̀rọ̀

插座

ihò iná

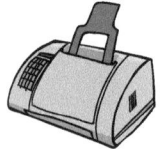

传真机

ẹ̀rọ fakisi

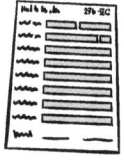

表格

fọ́ọ̀mù

文件

ìwé àkọsílẹ̀

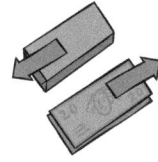

买

rà

付钱

sanwó

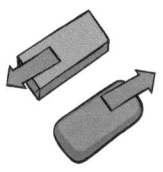

交易

sòwò

现金

owó

美元

dọla

欧元

yuro

日元

yẹni

卢布

rọbu

瑞士法郎

Siwisi frans

人民币

renminbi yuan

卢比

rupi

提款处

ibi owó

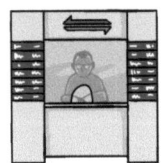

外币兑换处

ibi ìpàrọ̀ owó

金

wúrà

银

fàdákà

石油

epo

能源

agbára

价格

iye

合同

àdéhùn

税金

owó orí

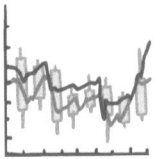

股票

ìpín ojà

工作

ṣiṣẹ́

职员

òṣiṣẹ́

老板

agbani síṣẹ́

工厂

ilé iṣẹ́

商店

ìsọ̀

职业
àwọn iṣẹ́ àáyò

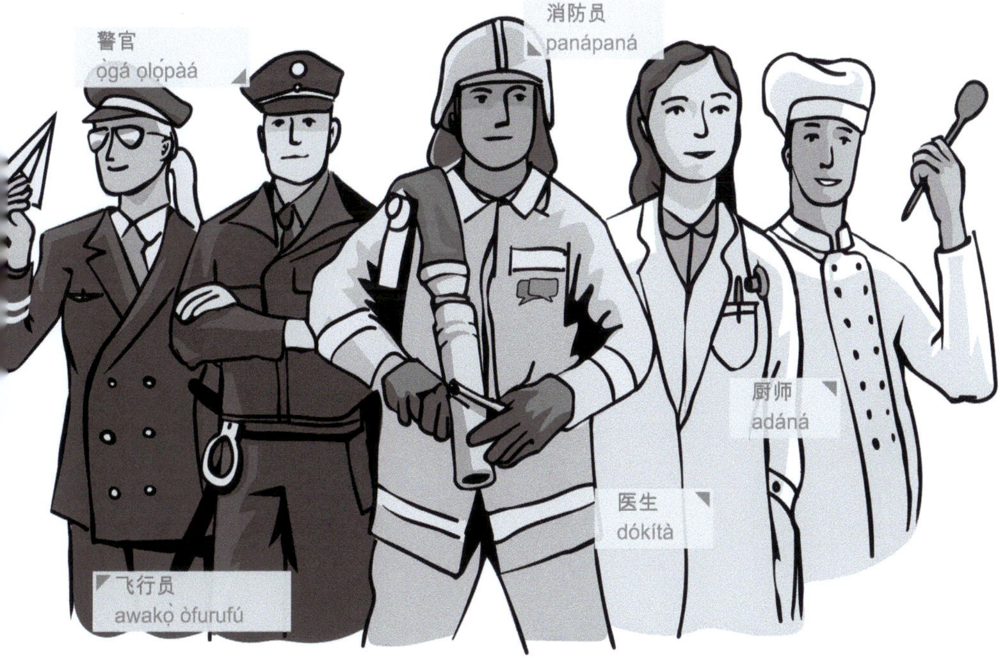
警官
ọ̀gá ọlọ́pàá
消防员
panápaná
厨师
adáná
医生
dókítà
飞行员
awakọ̀ òfurufú

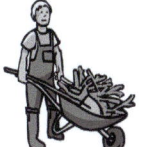

园丁

olọ́gbà

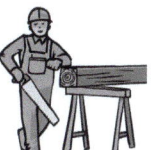

木匠

gbẹ́nàgbẹ́nà

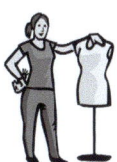

裁缝

aránṣọ

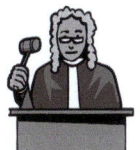

法官

adájọ́

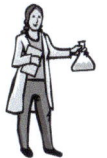

化学家

olóògùn

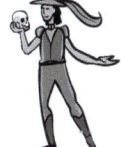

演员

òṣèré

公交车司机

awakọ̀ èrò

出租车司机

awakọ̀ èrò

渔夫

apẹja

清洁女工

omidan agbálẹ̀

屋顶工

kanlékanlé

服务员

agbóunjẹ

猎人

ọdẹ

画家

akunlé

面包师

olùṣe ìyẹ̀fun

电工

aṣàtúnṣe iná

建筑工人

akọlé

工程师

amojú ẹ̀rọ

屠夫

alápatà

水管工

pulọmba

邮递员

afiwé ránṣẹ́

士兵
jagunjagun

建筑师
ayàwòrán ilé

收银员
akawó

花农
olódòdó

理发师
aṣerun lóge

售票员
adarí èrò

机械师
aṣàtúnṣe ọkọ̀

船长
adarí

牙医
olùtọ́jú eyin

科学家
onímọ̀ ìjìnlẹ̀

拉比
olùkọ́ni

伊玛目
imamu

和尚
mọnki

牧师
òjíṣẹ́ Ọlọ́run

工具

àwọn irinṣẹ́

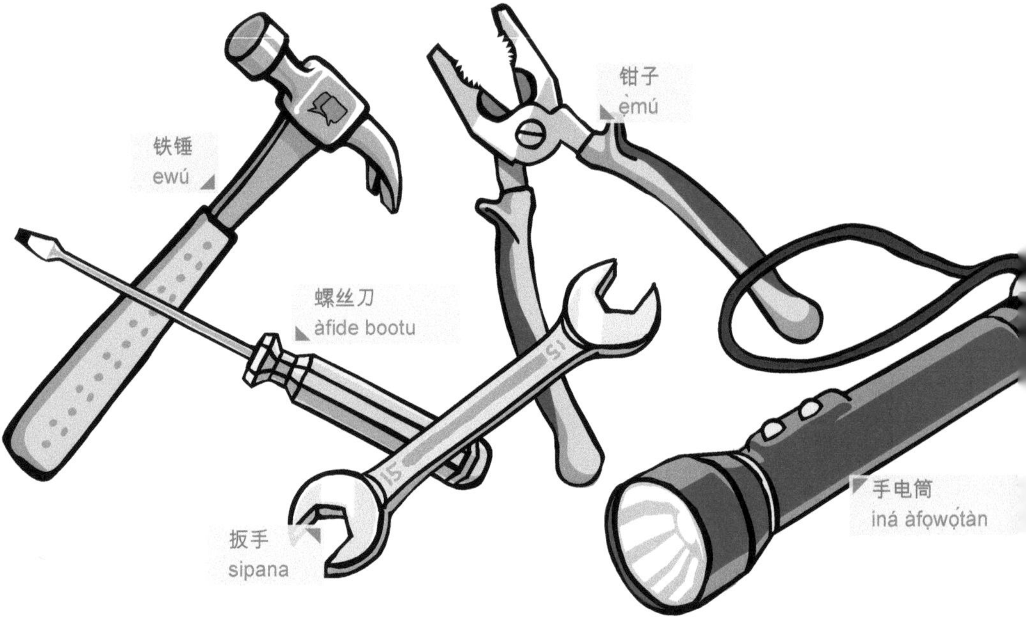

铁锤
ewú
钳子
ẹ̀mú
螺丝刀
àfide bootu
扳手
sipana
手电筒
iná àfọwọ́tàn

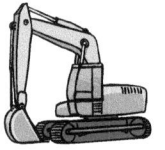

挖掘机

jiga

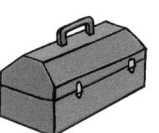

工具箱

àpótí irinṣẹ́

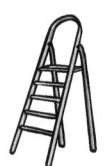

梯子

àgàsọ̀

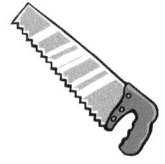

锯子

ayùn

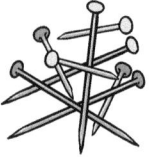

钉子

èṣó

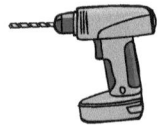

钻机

ìlu

修
túnṣe

铲子
sọ́bìrì

靠！
Adágún!

簸箕
igbá ìdọ̀tí

油漆桶
kòkò ọ̀dà

螺丝
bootu

乐器
àwọn irinṣẹ́ orin

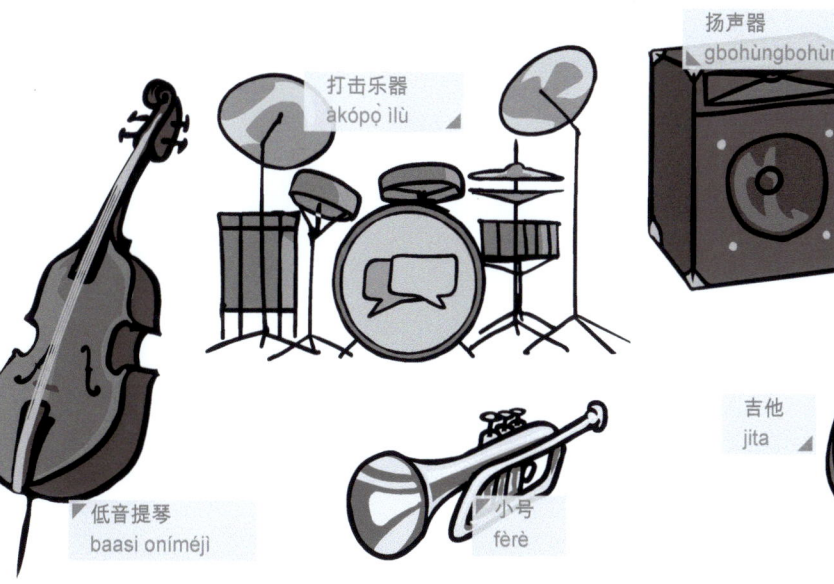

扬声器
gbohùngbohùn

打击乐器
àkópọ̀ ìlù

低音提琴
baasi oníméjì

小号
fèrè

吉他
jita

钢琴

dùrù

小提琴

faolin

贝斯

baasi

定音鼓

timpani

鼓

àwọn ìlù

电子琴

kiibọdu

萨克斯管

sasofonu

长笛

fèrè ìpè

麦克风

ẹ̀rọ gbohùngbohùn

动物园

ibi ẹranko

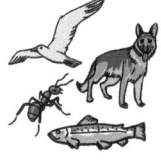

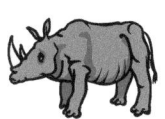

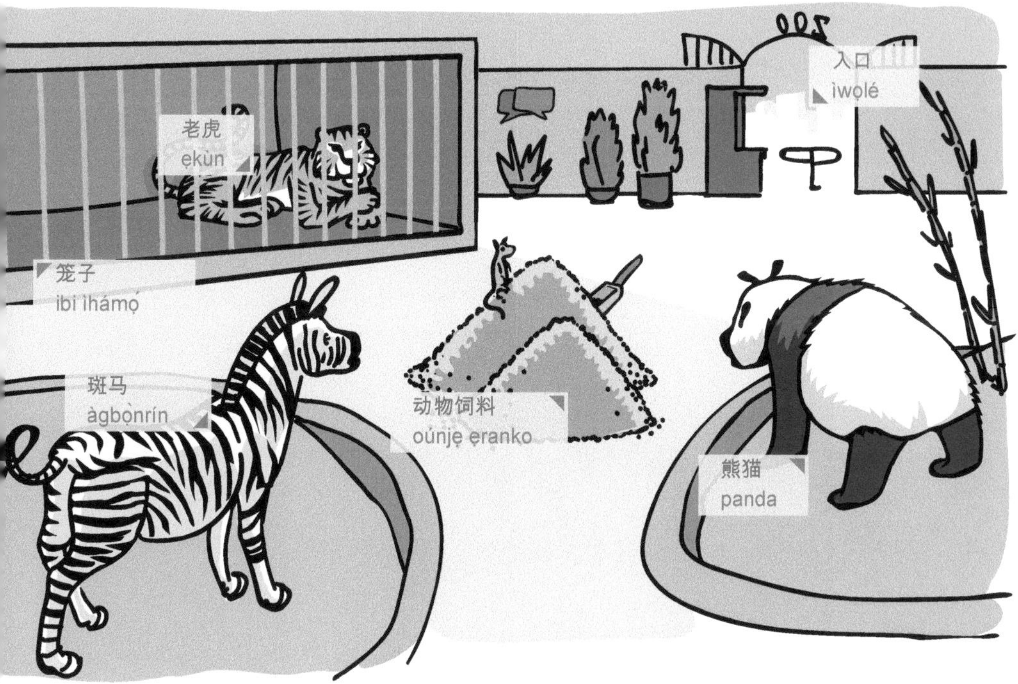
老虎
ẹkùn
笼子
ibi ìhámọ́
斑马
àgbọ̀nrín
动物饲料
oúnjẹ ẹranko
熊猫
panda
入口
ìwọlé

动物

àwọn ẹranko

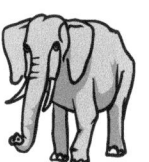

大象

erin

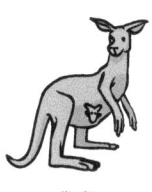

袋鼠

kangaruu

犀牛

raino

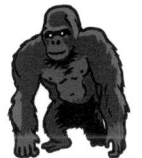

大猩猩

ọ̀bọ lagido

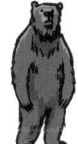

熊

biari

骆驼

kẹtẹkẹtẹ

鸵鸟

ẹyẹ agùnlọrùn

狮子

kìnìún

猴子

ọbọ

火烈鸟

yọjayọja

鹦鹉

ayékòótọ́

北极熊

biari omi

企鹅

pinguin

鲨鱼

ṣaki

孔雀

ọ̀kín

蛇

ejò

鳄鱼

ọnì

动物园管理员

olùtọ́jú ibi ẹranko

海豹

sili

美洲豹

jagua

矮种马

poni

豹

ẹkùn

河马

ẹran omi

长颈鹿

jirafi

老鹰

àṣá

野猪

ẹlẹ́dẹ́ igbó

鱼

ẹja

龟

ijàpá

海象

wọrọsi

狐狸

kọlọkọlọ

羚羊

gaseli

体育

àwọn eré ìdárayá

橄榄球
Bọọlù àfẹsẹgbá Amẹrika

骑自行车
kẹkẹ́

网球
tẹnisi

篮球
bọọlù agbọn

游泳
ìwẹ odò

拳击
ẹlẹsẹẹ́

冰球
ọki yìnyín

英式足球
bọọlù àfẹsẹgbá

羽毛球
badmintin

田径
àwọn tí ń sáré

手球
bọọlù ọlọwọ́

滑雪
eré orí yìnyín

马球
polo

笑
rẹ́rìín

跳
fò

拥抱
dìmọ́

走路
rìn

唱
kọrin

做梦
àlá

祈祷
gbàdúrà

亲吻
fẹnukò

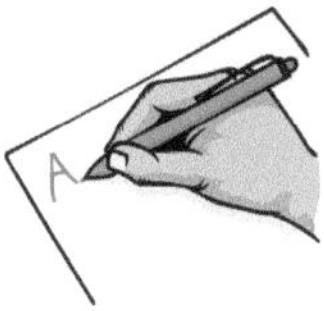

书写
kọwé

画
yàwòrán

展示
fihàn

推
tì

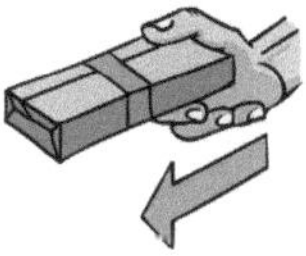

给
funni

拿
mú

有

ní

做

șe

当

jẹ́

站

dúró

跑

sáré

拉

fà

扔

jù

摔倒

șubú

躺

parọ́

等待

dúró

携带

gbé

坐

jókòó

穿衣

múra

睡觉

sùn

醒来

jí

活动 - àwọn ișẹ́

看
wo

哭
kígbe

抚摸
ọ̀pá

梳头
ìlarun

交谈
sọ̀rọ̀

明白
lóye

问
bèrè

听
tẹtí

喝
omi

吃
jẹun

清理
palẹmọ́

爱
ìfẹ́

做饭
dáná

开车
wakọ̀

飞
fò

航行

ìgbín

计算

ṣírò

读

kàwé

学习

kọ́

工作

ṣiṣẹ́

结婚

gbéyàwó

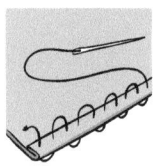

缝

ránṣọ

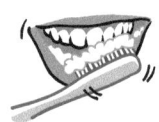

刷牙

fọ eyín

杀

pa

抽烟

mu sìgá

寄

firánṣẹ́

家

ẹbí

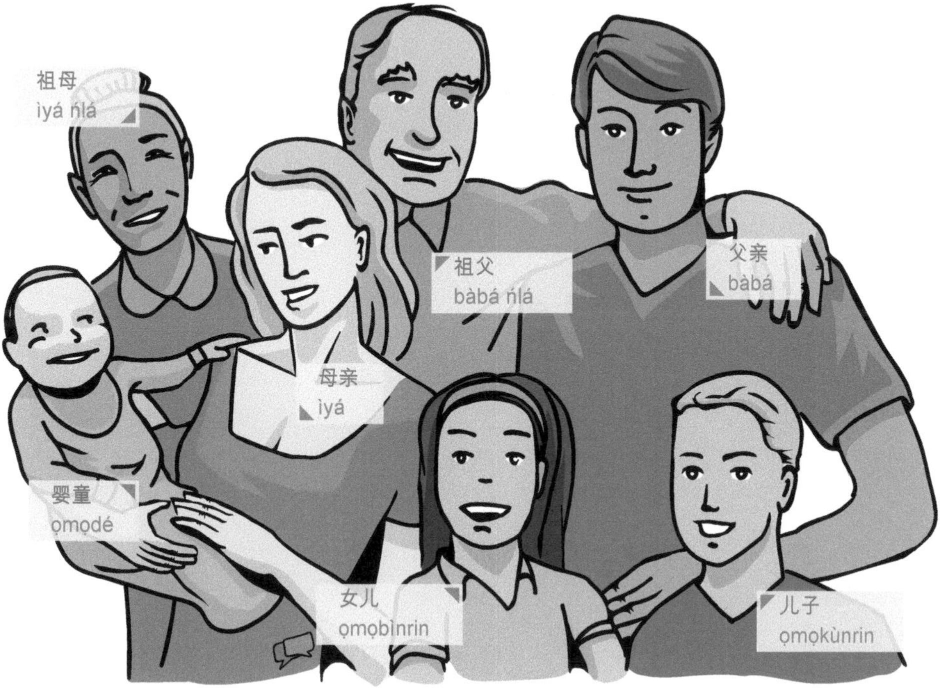
祖母
ìyá ńlá
祖父
bàbá ńlá
父亲
bàbá
母亲
ìyá
婴童
ọmọdé
女儿
ọmọbìnrin
儿子
ọmọkùnrin

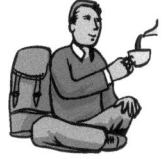

客人

àlejò

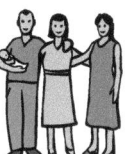

阿姨

àbúrò ìyá

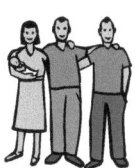

叔叔

àbúrò bàbá

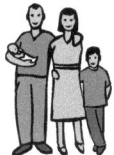

兄弟

arákùnrin

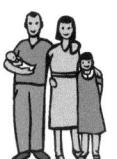

姐妹

arábìnrin

身体

ara

前额
iwájú orí
眼睛
ẹyinjú
肩膀
èjìká
手指
ìka
脸
ojú
下巴
àgbọ̀n
手
ọwọ́
腿
ẹsẹ̀
乳房
ọyàn
手臂
apá

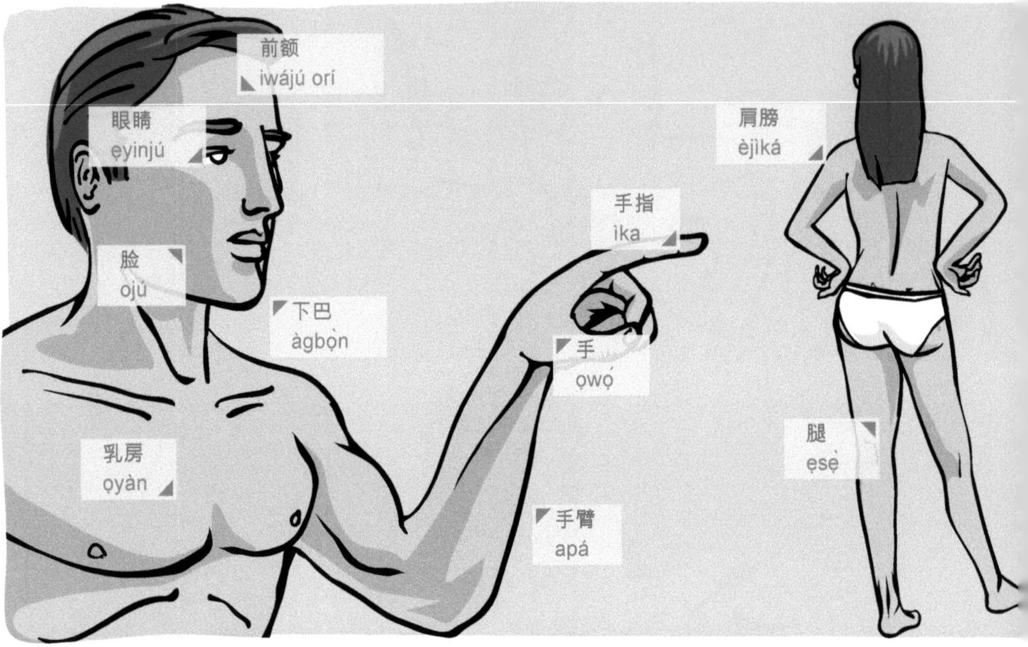

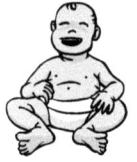

婴童
ọmọdé

男人
ọkùnrin àgbà

女人
obìnrin àgbà

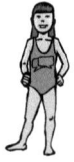

女孩
obìnrin

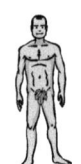

男孩
ọkùnrin

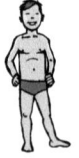

头
orí

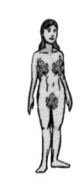

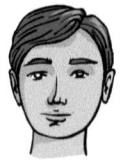

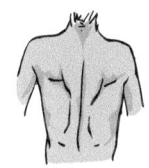

背部
ẹ̀yìn

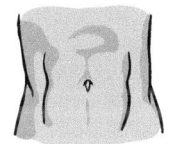

肚子
inú

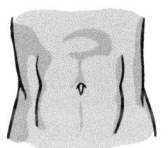

肚脐
ìdodo

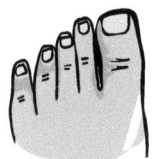

脚趾
ìka ẹsẹ̀

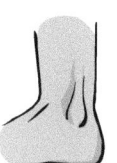

脚后跟
ẹ̀yìn ẹsẹ̀

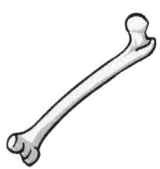

骨头
egungun

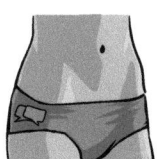

臀部
ìbàdí

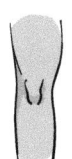

膝盖
orúnkún

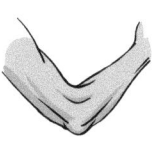

手肘
ìgúpá

鼻子
imú

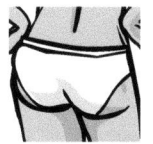

屁股
ìdí

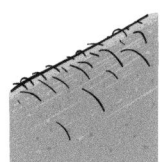

皮肤
awọ

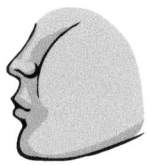

脸颊
ẹ̀rẹ̀kẹ́

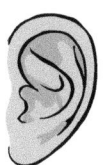

耳朵
etí

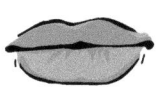

嘴唇
ètè

嘴

ẹnu

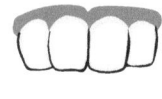

牙齿

eyín

舌头

ahọ́n

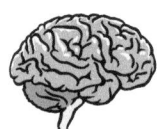

脑

ọpọlọ

心脏

ọkàn

肌肉

iṣan

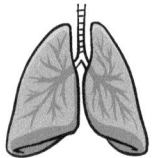

肺

ìfun

肝脏

ẹ̀dọ̀

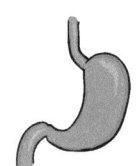

胃

ikùn

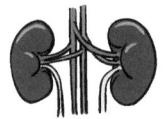

肾脏

kíndìrín

性交

ìbálòpọ̀

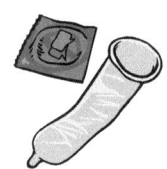

避孕套

rọ́bà àbò

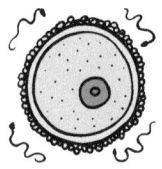

卵子

ofumu

精子

àtọ̀

怀孕

oyún

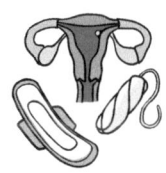

月经

ǹkan oṣù

阴道

òbò

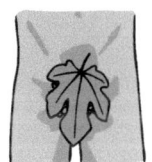

阴茎

okó

眉毛

ìpénpéjú

头发

irun

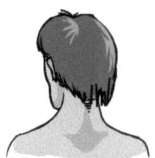

脖子

ọrùn

医院
ilé ìwòsàn

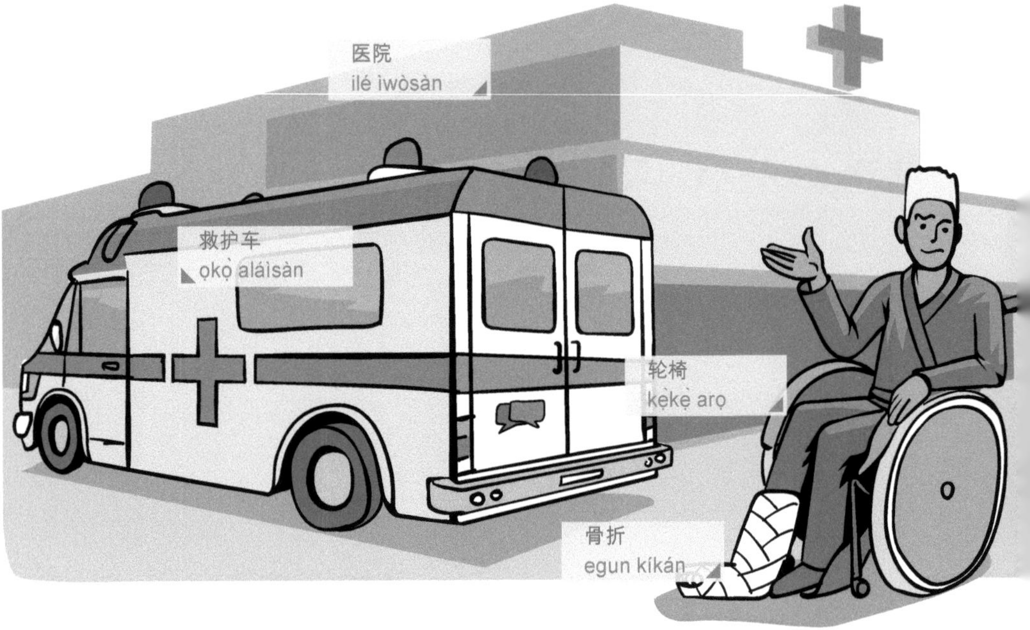

医院
ilé ìwòsàn
救护车
ọkọ̀ aláìsàn
轮椅
kẹ̀kẹ̀ arọ
骨折
egun kíkán

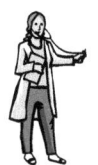

医生

dókítà

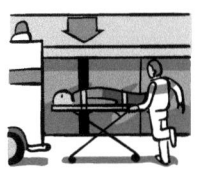

急诊室

yàrá pàjáwìrì

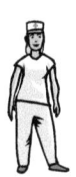

护士

nọ́ọ̀sì

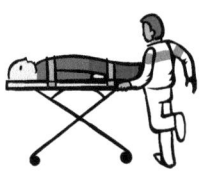

紧急情况

pàjáwìrì

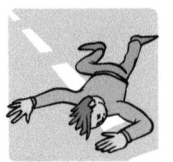

昏迷

dákú

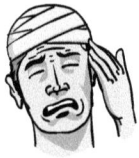

痛

ìrora

受伤

egbò

出血

èjè dídà

心脏病发作

àìsàn ọkàn

中风

rọpárọsẹ

过敏

àlébù ògùn

咳嗽

ikọ́

发烧

ibà

流感

ọfinkin

腹泻

ìgbẹ́ gburu

头痛

ẹ̀fọrí

癌症

jẹjẹrẹ

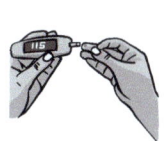

糖尿病

ìtọ̀ ṣúgà

外科医生

alábẹ

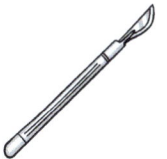

手术刀

abẹfẹ́lẹ́

手术

iṣẹ́ abẹ

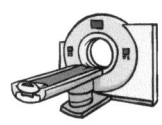

CT

CT

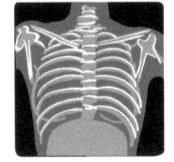

X光

x-ray

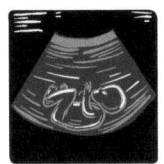

超声波

ọtirasandi

口罩

aṣọ ìbòjú

疾病

àrùn

候诊室

yàrá ìdúró

拐杖

ọ̀pá

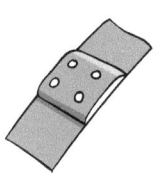

石膏

àlẹ̀mọ́

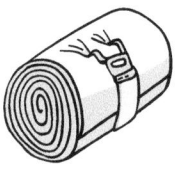

绷带

aṣọ àfiwé

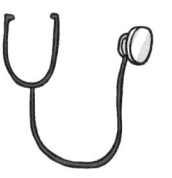

注射

abẹ́rẹ́

听诊器

àyẹwò èémì

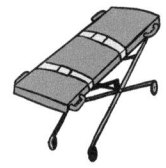

担架

àtẹ aláìsàn

体温计

ẹ̀rọ iwọ̀n oru ilé ìwòsàn

出生

ibí

超重

ìsanrajù

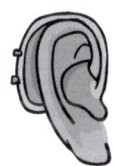

助听器

ẹrọ àfìgbọ́rọ̀

消毒液

apa kòkòrò

感染

àkóràn

病毒

kòkòrò

艾滋病

Àrùn HIV / AIDS

药物

ògùn

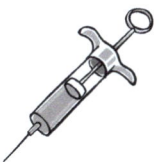

接种疫苗

àjẹsára

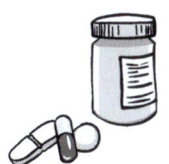

药片

tabulẹti

药丸

ògùn

急救电话

ìpè pàjáwìrì

血压计

atọpinpin ẹjẹ̀ ríru

生病/健康

àìsàn / lera

救命！

Ìrànlọ́wọ́!

警报

ìtanijí

突击

ìluni

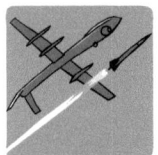

攻击

ìdójukọ

危险

ewu

紧急出口

ìjáde pàjáwìrì

着火啦！

Iná!

灭火器

panápaná

意外

ìjàmbá

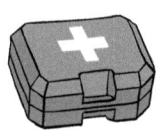

急救箱

àpótí ìtọ́jú aláìsàn

呼救信号

SOS

警察

ọlọ́pàá

欧洲

Yuropu

北美洲

North Amerika

南美洲

South Amerika

非洲

Afirika

亚洲

Esia

澳洲

Ọsirelia

大西洋

Atlantic

太平洋

Pacific

印度洋

Indian Ocean

南冰洋

Antarctic Ocean

北冰洋

Arctic Ocean

北极

Òpó Ìlà Òrùn

南极

Òpó Ìwọ̀ Òrùn

南极洲

Antarctica

地球

Ayé

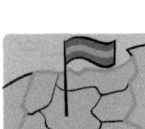

陆地

ilẹ̀

海

òkun

岛

erékùsù

国家

orílẹ̀-èdè

国家

ìpínlẹ̀

钟面

ojú aago

时针

ọwọ́ wákàtí

分针

ọwọ́ ìṣẹ́jú

秒针

ọwọ́ ìṣẹ́jú ááyá

现在几点？

Kínni aago sọ?

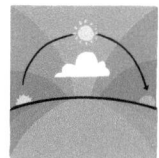

天

ojọ́

时间

àkókò

现在

báyìí

电子表

aago onínọ́mbà

分

ìṣẹ́jú

时

wákàtí

周

ọsẹ̀

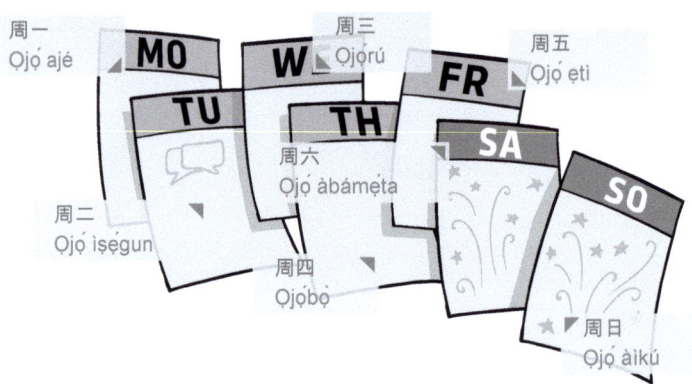

周一 Ojọ́ ajé
周二 Ojọ́ ìsẹ́gun
周三 Ojọ́rú
周四 Ojọ́bọ
周五 Ojọ́ ẹtì
周六 Ojọ́ àbámẹ́ta
周日 Ojọ́ àìkú

昨天

àná

今天

òní

明天

ọla

早晨

àárọ̀

中午

ọ̀sán

晚上

ìrọ̀lẹ́

工作日

àwọn ojọ́ iṣẹ́

周末

ìparí ọ̀sẹ̀

年

ọdún

雨
òjò
彩虹
òṣùmàrè
风
afẹ́fẹ́
雪
yìnyín
春
ìgbà otútù díẹ̀
夏
ìgbà oru
秋
ìgbà oru díẹ̀
冬
ìgbà otútù

4.APRIL 11°
5.APRIL 4°
6.APRIL 13°
7.APRIL 8°
8.APRIL 10°

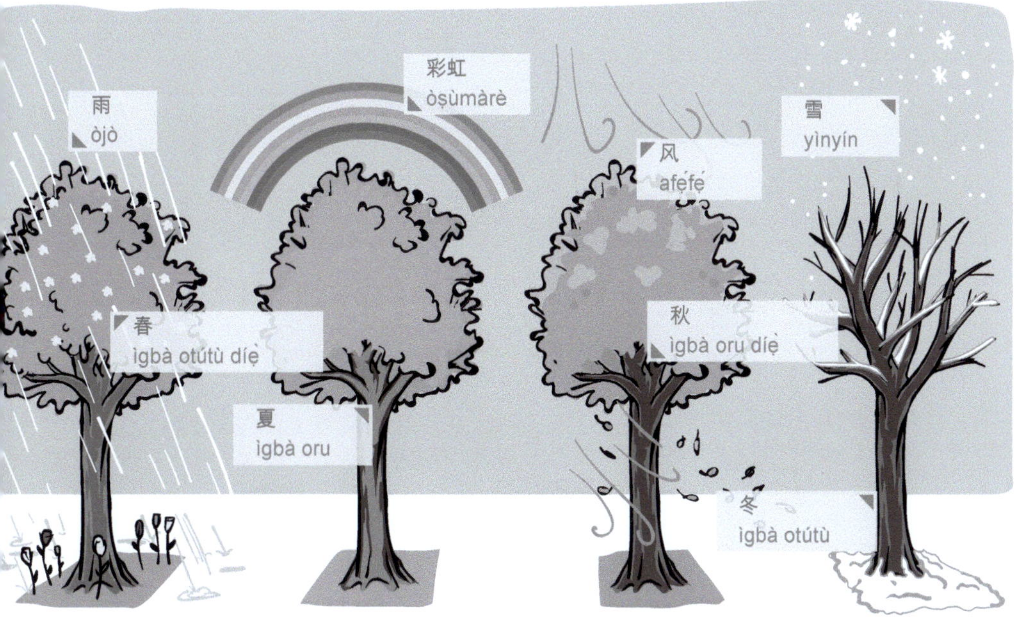

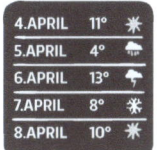

天气预报

ìsọtẹ́lẹ̀ ojú-ọjọ́

F
C
120
90
60
30
0
-30
40
30
20
10
0
-10
-20

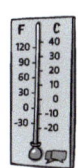

温度计

ẹ̀rọ ìwọ̀n oru

阳光

ìtànsán òrùn

云

òfurufú

雾

ọ̀pọ̀lọ́

潮湿

ọ̀gìnniti

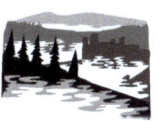

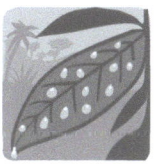

闪电

iná

打雷

àrá

风暴

ijì

冰雹

kùrukùru

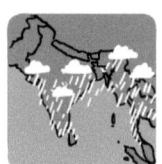

季风

afẹ́fẹ́

洪水

àgbàrá

冰

omi dídì

一月

Ọṣù kínní

二月

Ọṣù kejì

三月

Ọṣù kẹẹ́ta

四月

Ọṣù kẹẹ́rin

五月

Ọṣù kaàrún

六月

Ọṣù kẹfà

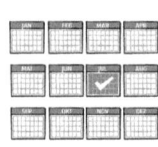

七月

Ọṣù keèje

八月

Ọṣù keèjọ

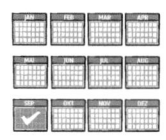

九月

Oṣù kẹẹsán

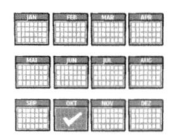

十月

Oṣù keẹwá

十一月

Oṣù kọkànlá

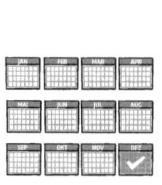

十二月

Oṣù kejilá

形状

àwọn ìrísí

圆形

róbótó

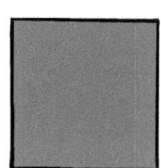

正方形

onígun mẹ́rin dọ́gba dọ́gba

长方形

onígun mẹ́rin

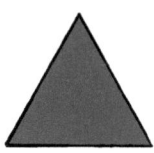

三角形

onígun mẹ́ta

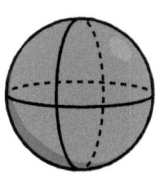

球体

sifia

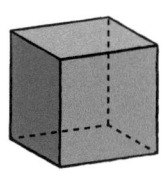

立方体

kubu

白
funfun

黄
yẹlo

橙
olómi ọsàn

粉
pinki

红
pupa

紫
pọpu

蓝
bulu

绿
aláwọ̀ ewé

棕
buranu

灰
rẹsúrẹsú

黑
dúdú

很多/少许

ọpọ̀ / níwọ̀nba

生气/平静

bínnú / farabalẹ̀

美/丑

rẹwà / òbùrẹwà

首/尾

bíbẹ̀rẹ̀ / òpin

大/小

ńlá / kékeré

明/暗

mọ́lẹ̀ / dúdú

兄弟/姐妹

arákùnrin / arábìnrin

干净/肮脏

mímọ́ / dọ̀tí

完整/缺失

parí / àìparí

白天/晚上

ọjọ́ / alẹ́

死/生

kú / àyè

宽/窄

fẹ̀ / tínrín

可食用/非食用

jíjẹ / àìlèjẹ

邪恶/善良

ibi / dára

兴奋/无聊

dunnú / sísú

胖/瘦

tóbi / tínrín

第一/最后

àkọ́kọ́ / ìgbèyìn

朋友/敌人

ọ̀rẹ́ / ọ̀tá

满/空

kún / ṣòfo

硬/软

le / rọ̀

重/轻

wúwo / fúyẹ́

饿/渴

ebi / òhùngbẹ

生病/健康

àìsàn / lera

非法/合法

tàpá sòfin / bá òfin mu

聪明/愚笨

ọlọ́gbọ́n / òmùgọ̀

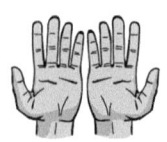

左/右

òsì / ọ̀tún

近/远

tòsí / jìnnà

新/旧

tuntun / àlòkù

没有/有些

àìsí nkan / níní nkan

老/幼

arúgbó / ọdọ́

开/关

tàn / kú

打开/合上

ṣí / padé

安静/吵闹

dákẹ́ / pariwo

富/穷

lọ́rọ̀ / tòsì

对/错

tọ̀nà / àìtọ̀nà

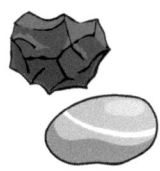

粗糙/光滑

àìdán / dán

伤心/高兴

banújẹ́ / dunú

短/长

kúrú / gùn

慢/快

lọ́ra / yára

温/干

tutù / gbẹ

温暖/凉爽

lọ́wọ́rọ́ / otútù

战争/和平

ogun / àlàfíà

0

零

òdo

1

一

méní

2

二

méjì

3

三

mẹ́ta

4

四

mẹ́rin

5

五

márùún

6

六

mẹ́fà

7

七

méje

8

八

mẹ́jọ

9

九

mẹsàán

10

十

mẹ́wàá

11

十一

mọ́kànlá

12

十二

méjìlá

13

十三

mẹ́tàlá

14

十四

mẹ́rìnlà

15

十五

mẹdogun

16

十六

marundínlógún

17

十七

mẹ́tàdínlógún

18

十八

méjìdínlógún

19

十九

mọ́kàndínlógún

20

二十

ogún

100

百

ọgọ́rùún

1.000

千

ẹgbẹ̀rún

1.000.000

百万

miliọnu

英语

Gẹ̀ẹ́sì

美式英语

Gẹ̀ẹ́sì Ilẹ̀ Amẹ́ríkà

普通话

Mandarini Ṣaina

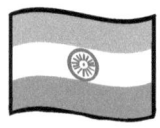

印地语

Hindi

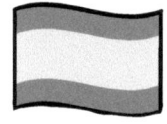

西班牙语

Sipaniṣi

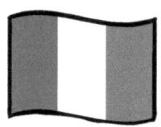

法语

Faransé

阿拉伯语

Lárúbáwá

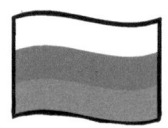

俄语

Rọṣia

葡萄牙语

Pọtugi

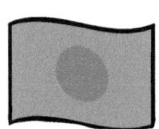

孟加拉语

Bẹngali

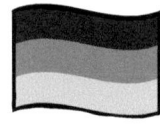

德语

Jamani

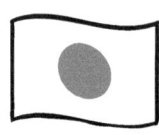

日语

Japanisi

我

Èmi

你

ìwọ

他/她/它

ọkùnrin / obìnrin / nkan

我们

àwa

你们

ìwọ

他们

àwọn

谁？

tani?

什么？

kínni?

怎样？

báwo?

哪里？

níbo?

什么时候？

nígbà wo?

名字

orúkọ

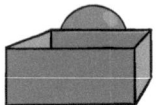

后面

léyìn

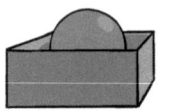

里面

inú

前面

níwájú

上方

lókè

上面

lórí

下面

lábẹ́

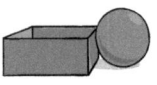

旁边

lẹ́gbẹ̀ẹ́

中间

láàrín

地点

ibi